I0718151

HỒI TƯỞNG

HỒI TƯỞNG
Tiểu thuyết Từ Dung

Bìa: Uyên Nguyên Trần Triết
Dàn trang: Nguyễn Thành
ISBN: 9781990434068
Nhân Ảnh Xuất Bản 2021
Copyright © by Tu Dung 2021

HỒI TƯỞNG

Tiểu thuyết

TỪ DUNG

NHÂN ẢNH
2021

Lời giới thiệu quyển sách
HỒI TƯỞNG của nhà văn Từ Dung

Phạm Văn Kỳ Thanh

Tôi đã đọc nhiều lần tác phẩm "Hồi Tưởng" của nhà văn Từ Dung. Một bút ký có sức cuốn hút lạ kỳ. Đây là tự truyện của một Nghệ Sĩ, nhà Giáo Dục và cũng là một nhà văn "tiểu thư", hậu duệ Tự Lực Văn Đoàn.

Bút pháp của Từ Dung ở đây dùng để viết truyện phim hơn là tiểu thuyết. Độc giả không thấy một bố cục cổ điển. Những sự kiện không diễn ra theo một thứ tự nhất định. Những ý tưởng, quan niệm về cuộc sống trộn lẫn với những sinh hoạt đời thường như những mảnh ghép rất linh động và sống động của một bức tranh lung linh màu sắc. Có những khoảng tối của chiến tranh thảm khốc bên cạnh những đóa hoa hạnh phúc của Tình Yêu. Những ngày tháng khốn khổ thăng trầm bên cạnh những Ân thưởng của sự may mắn và đầy ắp Yêu Thương.

Có phải cuộc đời là những nhịp sóng trồi sụt, những tâm tưởng thay đổi không báo trước khiến tác vận dụng sự chịu đựng bền bỉ và bản lãnh hiếm có của phụ nữ để vượt qua.

Gia đình, người yêu, bạn bè và người hâm mộ là một chuỗi tình cảm mang lại cho tác giả những kỷ niệm khó quên từ quê hương rồi đi ra ngoài thế giới.

Bây giờ ở lứa tuổi cần sự yên bình để kể lại đời mình, tác giả đã trút hết nỗi lòng ở cuốn tự truyện này.

Đây là một gia tài để lại cho những hậu duệ tài năng trong tương lai.

Một giòng giống có truyền thống Văn Học Nghệ Thuật cần được vun trồng và phát huy.

Phạm Văn Kỳ Thanh

ĐÍNH CHÍNH

Từ Dung đã nhiều lần viết bài đính chính vì những tin thất thiệt và sai lạc cố ý bôi nhọ Từ Dung của Nguyễn Sĩ Hanh. Vậy mà bây giờ có thêm người viết bậy bạ đăng lên đây. Nếu các bạn là bạn của Từ Dung, xin đừng cho đăng tải những bài này.

Trước hết, Từ Dung sinh năm 1946, không phải 1945. Chưa bao giờ học nhạc với chị Châu Hà. Từ Dung học nhạc với ban hợp ca Trùng Dương. Thời gian sau 1975, Từ Dung dạy học ở Trường Phổ Thông Cấp Ba Dĩ An, rồi sau này bỏ dạy, mở quán Cafe Từ Dung ở đường Trần Quang Khải. Sau khi quán các quán cafe bị dẹp, Từ Dung dạy cho Trung Tâm Dịch Thuật và Hội Trí Thức Yêu Nước, có cả ngàn học sinh học Anh Văn và rất được học trò yêu mến, có lẽ nào một cô giáo như thế mà ngồi khỏa thân mỗi đêm trong bóng tối? Tôi cũng chưa từng bị trầm cảm bao giờ. Ai là bạn tôi đều thấy tôi lúc nào cũng vui vẻ, mặc dù hoàn cảnh khó khăn. Chắc là ông Nguyễn Sĩ Hanh có bị ám ảnh về tôi nên đặt điều viết bậy như thế!

Những lời bịa đặt vô duyên như thế mà vẫn có người tin! Thật đáng buồn. Đây là những lời trần-tình của Từ Dung. Sẽ có nhiều chi tiết trong cuốn tiểu thuyết Hồi-tưởng này. Ai là bạn Từ Dung xin ngưng phổ biến những bài bôi nhọ Từ Dung. Chị Minh Hà, chị là bạn của Từ Dung mà, sao lại tin Nguyễn Sĩ Hanh? Xin cảm ơn những bạn bè thân hữu, đã tin tưởng vào sự ngay thắng, trong sáng của cuộc đời tôi, mặc dù qua bao nhiêu gian truân sóng gió.

Từ Dung

Từ Dung

HUYỀN TÂM: CHỈ CÒN TRONG KÝ ỨC

Ôi, chỉ còn trong ký ức những quán Bà Cả Đọi, Bánh Cuốn Tây Hồ, Chả Cá Lã Vọng...

Tôi lang thang trên đường phố Sàigòn, chiêm ngẫm những con đường đã đổi tên. Có những tên mới lạ lẫm như "Ba Tháng Hai," "Cách Mạng Tháng Tám"...làm tôi khó liên hệ với những kỷ niệm xa xưa. Những món ăn đặc biệt trong ký ức vẫn còn vương vất hương vị khó quên trong miệng, trên lưỡi, trên môi, giờ tôi muốn nếm lại vô cùng.

Những giòng sông không bao giờ chảy lại một lần nữa, nên những hương vị tôi từng yêu thích giờ đây chẳng còn một chút gì đáng nhớ. Tôi thật thất vọng với Bánh Cuốn Tây Hồ đến độ không thể nuốt trôi đĩa bánh mà tôi từng mơ ước!

Nhưng... có một thứ trong ký ức đã vương vất trong tâm hồn tôi bốn mươi năm nay và làm tôi day dứt khôn nguôi. Đó... là tình cảm anh Huyền Tâm dành cho tôi, nói đúng hơn là chúng tôi thầm lặng dành cho nhau.

Tình cảm đó đã không phai nhạt với thời gian hoặc biến dạng như đĩa bánh cuốn Tây Hồ, mà ngược lại âm ỉ như tro tàn một ngọn lửa để chờ dịp sống lại mãnh liệt, thiêu rụi những sự vật chung quanh đó!

Khi gặp lại nhau, mắt chạm mắt, chúng tôi không quan sát nhau bằng ngoại hình của hiện tại, qua mái tóc bạc phong sương hay những nếp hằn của khổ đau năm tháng, mà bằng hình ảnh của quá khứ, hình ảnh tươi trẻ của chàng trai ngang tàng trên bục điều khiển của cả dàn nhạc, hình ảnh duyên dáng của người con gái xinh đẹp tóc dài, và chân cũng dài trên sân khấu!

Hiện tại gặp lại nhau, anh thường chở tôi bằng chiếc xe gắn máy của anh. Mới đầu còn sợ nhưng anh bảo tôi rằng chết thì cùng chết chứ sao nên tôi giao tính mạng lẫn cuộc đời còn lại cho anh và phó mặc trong tay Thượng Đế trước con mắt kinh hãi của con gái và con rể tôi. Tôi ngồi sau anh và vòng tay ôm xiết lấy anh như sợ mất, cảm xúc trào dâng triền miên hỗn độn. Thật quả với dòng xe cộ hiện nay ở Sàigòn, thật nguy hiểm khi di chuyển bằng xe gắn máy. Tưởng là đụng nhau đến nơi mà rốt cuộc vẫn tránh được!

                                        Từ Dung

HUYỀN TÂM

Gặp lại Từ Dung cũng là một "phép lạ" Thượng Đế ban cho anh sau nhiều năm tháng tuyệt vọng vì đã kiếm hết cách, lê gót trên từng trang mạng để tìm ra người con gái đã làm anh rung động, ray rứt nhưng anh đã... lơ đãng bỏ lỡ nhiều cơ hội để tìm hiểu nhau. Anh cũng thương nàng như nàng thương anh, tình cảm đó anh hiểu được qua đôi mắt nàng nhìn anh đăm đăm say đắm!

Cho đến khi anh tìm được một website do TNP đăng lên nhân ngày kỷ niệm 40 năm Hội Ngộ Văn Khoa Viễn Xứ. Anh thảng thốt thấy cái tên quen thuộc... Từ Dung của anh ngày nào cùng với tin tức để liên lạc với nàng.

Trước đó anh có đọc một số bài có tính cách bôi nhọ nàng của NSH, có thể phát xuất từ tư thù hoặc nỗi ám ảnh về nàng của tác giả. Anh bực bội nên đã viết một bài dạy dỗ lại tư cách của người viết (có đính kèm trong phần sau). Ngay cả bức ảnh duy nhất anh tìm thấy trên mạng cũng là tấm ảnh của người khác chứ không phải Từ Dung. Từ Dung trán cao và luôn luôn để bangs ở trước trán chứ trán đâu có thấp như thế!

Anh mừng rỡ vô cùng và email liền cho cô, nội dung là cám ơn Thượng Đế đã tìm được nàng với những lời thiết tha chân tình nhất mà trước kia anh chưa từng dám thốt ra một lần nào.

Chính anh người trong cuộc cũng không biết tại sao trong thời gian 40 năm qua anh lại day dứt về người phụ nữ này đến thế, mặc dù anh chưa một lần chỉ nắm tay cô ấy!

Anh thiết nghĩ rằng không phải vì nhan sắc nàng mặc dù nàng đẹp và có thân hình quyến rũ, cũng không phải vì nàng xuất thân từ một gia đình có tiếng tăm trong lịch sử Việt Nam. Không, hấp lực của người đàn bà đó đến từ nội tâm nàng và thật khó diễn tả.

Anh chỉ biết một điều là nếu không còn dịp gặp nàng nữa thì nỗi day dứt khôn nguôi này sẽ mãi mãi ở trong anh trong suốt cuộc đời còn lại của anh!

Từ Dung

Từ Dung

TỪ DUNG

Tôi đã yêu anh từ phút gặp gỡ đầu tiên. Lúc đó tôi và chồng tôi, TCP, một nhạc sĩ có tiếng trong làng âm nhạc gia nhập Hội Nghệ Sĩ Thành Phố theo lời mời của Phạm Trọng Cầu để tìm một sinh hoạt cũng như một việc làm kiếm tiền nuôi cô gái tám tuổi tên TCYU. Hội lập ra ban kịch nói Vàm Cỏ Đông và ban nhạc để đi các tỉnh trình diễn. Tài trợ có một số người có tiền và mê nghệ thuật lẫn nghệ sĩ như anh chàng Thương, một thương gia giàu có đang chờ xuất ngoại đi Úc.

TCP được chỉ định làm trưởng ban nhạc và huấn luyện ca sĩ, còn tôi thì vừa hát vừa đóng kịch. Vở kịch *Miền Đất Phi Thường* của Vũ Hạnh, ông thầy trung học đệ nhất cấp của tôi viết đáng lẽ do Tú Trinh đóng vai chính. Bỗng nhiên cô ấy bị ốm nên không gia nhập đoàn hát đi trình diễn ở Đà-lạt, Nha Trang và các tỉnh miền Tây.

Tôi liền nhảy vào đảm nhận vai trò cô đầm bị kẹt lại ở miền đất phi thường và chỉ thoát khỏi Việt Nam khi chồng cô, một anh Pháp chủ đồn điền cao su bị bắn chết. Tất cả mọi người từ Vũ Hạnh đến Trương Đình Cử, cố vấn nghệ thuật của đoàn đều xuýt xoa khen tôi thủ vai cô đầm thật xuất sắc, nhất là khi tôi quay một vòng kêu lên "Tôi sắp được trở về Pháp rồi" vì điều đó phù hợp với tâm trạng thật của tôi. Những chiếc áo đầm dùng trong vở kịch là áo của tôi ngoài đời vì ban kịch nghèo quá! Vũ Đức Duy đóng vai CIA Mỹ cuối kịch bắn chết Tâm Phan, ông chồng Pháp của tôi.

Có mấy chuyện vui là anh chàng Chế Linh Lính chê bảo tôi "Qua không ngờ em đóng kịch hay thế," rồi mượn tôi hộp phấn trắng lúc trả lại còn có nửa hộp!

Còn Duy Khánh thì thức trắng đêm để cố đối lại câu đối của tôi "Vàm Cỏ Đông mà khách không đông, thà nhảy quách xuống sông Vàm Cỏ!" nhân một bữa ban kịch ế ẩm. Dân miền Tây họ chê ban kịch nói không biết hát cải lương! Tuy vậy ban kịch thành công rực rỡ ở Nha Trang và Đà-lạt!

Sau này khi trò chuyện với Huyền Tâm tôi mới biết rằng khi đến để xem xét sự làm việc của Hội Văn Nghệ Thành Phố, anh cũng được mời đóng vai ông chồng Pháp của tôi vì anh có nét lai Tây-phương. Tôi mới nhìn thấy anh lần đầu đã choáng váng vì nét đẹp sâu sắc của những đường nét trên mặt anh và nhất là đôi mắt sâu thẳm long lanh vừa lãng mạn vừa thương cảm như mắt Chúa Giê-su trong tranh vẽ. Mẹ anh từng nói rằng "Sau này có nhiều cô chết vì cặp mắt này."

Anh xuất thân từ Trường Quốc Gia Âm Nhạc và Kịch Nghệ, thi "ngang" vào ngay năm thứ ba theo quy định vì tuổi đã lớn. Sau đó học "nhảy" năm thứ năm, rồi năm tốt nghiệp. Sau khi ra trường, anh gia nhập lực lượng Hải Thuyền - ban văn nghệ, cùng với Dzũng Chinh, Nguyễn Vũ, Trúc Phương. Tới khi lực lượng này giải tán, anh có sự vụ lệnh của Bộ Tổng Tham Mưu thuyên chuyển, bổ sung chuyên viên theo yêu cầu, về điều khiển ca đoàn Tinh Thần thuộc Ban Phát Thanh Tuyên Úy Công Giáo, do linh mục Nguyễn Văn Tự Do thuộc Dòng Chúa Cứu Thế làm trưởng ban.

Sau thời gian ngắn ngủi một tháng trời, anh bị thuyên chuyển về đơn vị tác chiến sư đoàn 7 bộ binh, với một lệnh thuyên chuyển mà theo anh tâm sự với tôi, anh rất ngỡ ngàng với sự hoán đổi cho nhân vật tên Nguyễn Đắc Minh do một đơn vị trưởng đề cử hoán đổi không đúng luật lệ trong quân đội. Đơn vị trưởng đó là linh mục đại tá Lê Trung Thịnh. Đó là dấu hỏi khá lớn trong cuộc đời binh nghiệp của anh về sự bất công này và cũng làm lòng tin anh lung lay với những vị chức sắc trong hàng ngũ Công Giáo!

Sau đó anh trở lại theo học tiếp tại Đại Học Minh Đức, phân khoa Nghệ Thuật Nhân Văn (bao gồm ngành điện ảnh, đạo diễn, âm nhạc...) Đây là phân khoa Đại Học Âm Nhạc đầu tiên trong cả nước trước năm 1975!

Anh học dang dở cuối năm thứ ba vì biến cố 1975 ập tới! Tiếc là biến cố này làm anh mất chức ông cử đầu tiên của ngành âm nhạc!

Mãi sau này gặp lại nhau tôi mới nghe anh nói về quá trình của anh cũng gian truân như thế nào. Anh mê nhạc từ nhỏ, thường theo các anh đi tập hát đêm ở nhà thờ xứ (Tôn Đạo), nằm dài ở ghế băng ngoài hiên phòng tập hát, nghe lén để học được những nốt nhạc đầu đời, nhưng ba anh vô cùng nghiêm khắc không cho học nhạc theo quan niệm cổ xướng ca vô loài, không cho anh theo đuổi ngành này. Bằng mọi cách, anh không nản chí học lén nhạc và trở nên một học trò điển hình của Trường Quốc Gia Âm Nhạc. (Quốc Gia Ung Nhọt theo nhạc sĩ Phạm Nghệ).

Sau đó, anh dạy nhạc tại các trường trung học Sàigòn - Gia Định và đặc biệt được mời dạy cho một số các dòng tu nam nữ ở Sàigòn và Bình Dương. Có nhiều học trò anh đã trở thành linh mục và có vị đã lên chức Giám Mục. Vinh dự thay! Tuy vậy, khi gặp anh họ vẫn thầy con rất tôn trọng.

Nhiều học trò muốn gọi anh là nhạc sư nhưng anh thẳng thắn từ chối tước hiệu đó vì nó chẳng có chân giá trị gì cả!

Anh làm phó Ban Điều Hành trường cấp ba Đại Hành ở Chợ Lớn rồi sau năm 1975, chuyển về trường cấp ba Nguyễn Thượng Hiền dạy môn thể dục thể thao. Sau bất mãn về nhiều mặt, anh nghỉ và tìm đường vượt biên.

Anh đã soạn thảo một bộ sơ đồ về lý thuyết âm nhạc để hướng dẫn các ca đoàn và dòng tu Công Giáo. Anh nói khi học Trường Quốc Gia Âm Nhạc, các bài học chỉ có lý thuyết dịch theo sách nước ngoài, không có tính cách thực tế chỉ dẫn mạch lạc cho học trò học hiểu! Tôi hứa là sẽ thu xếp thì giờ để dịch bộ sơ đồ âm nhạc này sang tiếng Anh.

Về chuyện tình cảm, anh đã lập gia đình với một chị hát trong ban hợp ca Nhà Thờ Đức Bà. Chị ấy hát rất hay và có tinh thần đạo đức nên anh lập gia đình với chị ấy và kết quả là bốn đứa con, ba trai một gái. Sau đó, họ ly dị vì sự khác biệt trong đời sống sau năm 1975. Năm 2007, chị ấy chết vì bệnh ung thư. Cũng vì tình nghĩa anh trông nom chị ấy đến giờ phút cuối cùng mặc dù đã sống tách biệt.

Anh đã nuôi dạy bốn người con chung tay với vợ cho đến khi vợ anh mất. Sau đó anh đã ở độc thân cho đến tận bây giờ khi anh gặp lại người phụ nữ đã làm trái tim anh rung động. Anh cũng trải qua một vài tình cảm có tính cách tinh thần và thương cảm nhiều hơn là tình yêu.

*

Khi anh gặp tôi lần đầu tiên ấy cũng là lúc tôi biết sẽ không bao giờ quên anh. Không phải tôi chỉ bị ấn tượng vì cái nhìn lân ái và cuốn hút của anh mà còn vì giọng nói sang sảng mạnh mẽ đầy tự tin khi anh cho ý kiến về sự chỉ đạo ban nhạc của TCP, chồng tôi lúc bấy giờ. Trong lòng tôi đã nảy sinh ra một sự so sánh từ lúc đó, trực giác cho tôi thấy rằng tôi đã gặp người đàn ông của đời tôi. Tôi nào đâu có ngờ phải chờ đến bốn mươi năm trời mới được thực sự cùng nhau chung sống!

Mặc dù lúc đó tình trạng gia đình tôi đã ngăn cản chúng tôi đến với nhau nhưng mắt gặp mắt là cả hai bên đã hiểu được lòng nhau. Ngọn sóng tình cảm đã trào dâng cuồn cuộn làm tôi ngây ngất!

Không hiểu sao, trực giác nói với tôi rằng người đàn ông này không bao giờ hành sự đớn hèn và thiếu tự trọng, mặc dù tôi chưa biết gì về anh!

Trong đời tôi, tôi chưa từng cảm phục người đàn ông nào ngoại trừ hai người: Ba tôi, Hoàng Đạo Nguyễn Tường Long và Cậu tôi, Như Phong Lê Văn Tiến.

Ba tôi, một nhà văn xuất chúng của Tự Lực Văn Đoàn, một nhà văn đã nhìn trước được những thời đại hiện tại. Ngòi bút rắn rỏi của ông vừa có tính cách biện luận vừa hài hước (*Trước Vành Móng Ngựa*) hoặc giáo dục (*Mười Điều Tâm Niệm*) nêu lên những phương châm cho những thế hệ sau học hỏi thực hành.

Cậu tôi, nhà văn nhà báo Như Phong (xin đọc bài

"Cậu tôi" trong tờ báo trên mạng *Diễn Đàn Thế Kỷ*) là thần tượng thứ hai của tôi. Những lời dạy dỗ khi tôi còn thơ ấu đã in sâu vào tâm khảm tôi và là kim chỉ đạo cho cuộc đời tôi sau này. Mặc dù ba chìm bảy nổi và bị bão táp vùi dập đến đâu, tôi vẫn ngửng đầu đứng dậy tiếp tục sống và tranh đấu với xã hội, với con người và với chính bản thân.

Lý do chính tạo nên ba đào sóng gió trong đời sống tình cảm của tôi là vì tôi luôn luôn so sánh những người đàn ông đến với tôi với hai thần tượng đó. Tôi luôn tự hỏi tại sao họ lại tầm thường như thế, nhu nhược như thế, tham sống sợ chết như thế, khiếp hãi thế lực như thế. Đảm lược của họ không sánh được với một phụ nữ như tôi thì làm sao làm cây tùng cây bách cho tôi nương tựa?

Nhưng khổ thay, vì trời cho một tâm hồn lãng mạn biết yêu từ thuở còn thơ:

Nhưng cũng không ai biết mối tình
Lặng thầm giữa đôi lứa thư sinh
Vì họ cũng không hề hé miệng
Tỏ cho nhau biết nỗi lòng mình.

Không ngờ những vần thơ này đã vận vào tình yêu giữa Từ Dung và Huyền Tâm!

Khao khát yêu đương từ thuở ấu thơ như thế nên tôi rất dễ rơi vào những tình cảm bồng bột của tuổi trẻ. Trước khi lập gia đình với TCP, tôi cũng trải qua một vài mối tình vụn vặt, tình học trò, tình sinh viên, như với anh học sinh cùng lớp Nguyễn Bá Tòng, anh sinh hoạt trường Đắc Lộ, anh sinh viên Dược Khoa hay lượn qua trường Văn Khoa. Tình nào cũng có vẻ đẹp riêng của nó nhưng mối tình điên cuồng đắm đuối nhất là với chàng nhạc sĩ tài hoa TCP...

Cuộc tình đau đớn đẫm lệ với TCP, dù xảy ra trước thời Huyền Tâm sẽ được trình bày trong phần sau.

Giờ xin trở lại với Huyền Tâm, mối tình cuối của cuộc đời Từ Dung.

Huyền Tâm có ghé quán Từ Dung một đôi lần, cũng như mọi người khác, anh tò mò muốn biết cặp vợ chồng này ra sao. Nhưng những lần đó có lẽ tôi bận tiếp khách nên không có dịp tiếp xúc.

Sau này, khi tôi và TCP chia tay nhau, tôi trụ quán Từ Dung nên có nhiều dịp trò chuyện với anh hơn.

Trong thời gian quen nhau, anh đã thuyết giảng cho tôi những phương châm để sống. Lúc ấy tôi chỉ là một cô sinh viên Văn Khoa sống trong sự nuông chiều của mẹ. Dù học giỏi, nhất là văn chương và ngoại ngữ nhưng kinh nghiệm sống ở đời phải nói là con số không. Cả tôi và TCP. Lúc nào cũng cầm đàn cùng nhau mơ mộng nên không biết thực tế ra sao nên mới bị vấp ngã trước những cạm bẫy trá hình! Ngó lại thì đã muộn!

Anh Huyền Tâm thì lại khác. Sống trong gia đình đông con, bố lại rất khắc nghiệt, anh phải lăn lộn với cuộc sống để tồn tại. Anh phải nhảy vào nhiều môi trường để kiếm sống nên anh học được nhiều bài học cay đắng. Những lời anh chỉ bảo tôi lúc ấy, hai mươi mấy tuổi đầu mà còn khờ dại như bé thơ, đã ghi khắc vào tâm khảm tôi, chẳng hạn như "Em sống sao cho người đời có thể ghét em, nhưng không khinh được em", và "Sống luôn luôn có Đau Khổ, phải tu luyện Nghị Lực, phải giữ lòng Tự Trọng, và phải biết cư xử một cách Chân Thành."

Mà tôi tin tưởng như *Mười Điều Tâm Niệm* của ba tôi, Hoàng Đạo!

Mỗi lần gặp tôi lại nghe anh thuyết giảng cả tiếng đồng hồ. Chưa một lần anh nắm tay tôi hay nói thương tôi như những người đàn ông khác... tôi tự hỏi mình chắc anh không thấy tôi cuốn hút chăng?

Có hôm gặp khó khăn về vấn đề tài chính, không có tiền để nuôi bé Hải Âu, tôi và Ngọc Lan, cô bạn tôi quen từ thuở làm cho ông trùm CIA ở hãng hàng không TWA, phải bán đi chiếc xe đạp velo solex duy nhất của cô để giúp tôi mở quán Nguyệt Cầm, nhưng quán rơi vào tình trạng ế ẩm không như quán Từ Dung. Tôi chẳng nói gì nhưng anh Huyền Tâm tự động mang tiền lại cho tôi, anh ngạc nhiên thấy tôi vẫn còn di chuyển bằng xích lô thì tiền đâu mà chịu nổi!

Có đêm Giáng Sinh một năm kia tôi đã bỏ quán cà phê âm nhạc và âm thầm lặng lẽ đến nhà thờ Yên Đỗ nơi anh đánh nhịp hướng dẫn ban nhạc và hợp ca hát bài thánh ca, tôi đã say sưa nhìn anh đánh nhịp rồi lặng lẽ ra về mà không tìm gặp anh, trên xe xích lô nước mắt tôi âm thầm tuôn chảy...

Có khi anh chở tôi về bằng chiếc xe gắn máy của anh. Ngồi đằng sau anh tôi thầm mang hy vọng anh sẽ nói một lời, chỉ một lời có chút ý nghĩa gì đó. Nhưng không, anh luôn luôn đứng đắn, vui tươi, pha trò, đồng thời lại thương cảm, răn dạy, thuyết giảng và... đưa tiền cho tôi tiêu!

Qua nhiều năm tháng, anh vẫn... như thế.

Tôi là phụ nữ mà lại ở Việt Nam, biết làm sao được. Nếu ở Mỹ thì có thể đàn bà chủ động... nhưng đây là Việt Nam!

Có một lần tôi đi vượt biên có mang lại chiếc đàn

Yamaha tặng anh nhưng anh không lấy. Lần sau tôi mang lại chiếc xe đạp, của cải duy nhất còn lại của tôi nhưng anh không có nhà và không biết số phận của chiếc xe đạp ân tình đó ra sao!

Từ những kỷ niệm đó, những ân tình đó mà tôi cảm hứng làm bài thơ Tạ Tình mà sau này anh phổ nhạc. Sẽ nhắc lại về bài thơ trong đoạn sau.

Thế rồi cuộc đời cuốn chúng tôi theo chiều gió, quay cuồng trong cơn lốc và xa nhau, xa nhau...

Tôi không có dịp gặp lại anh Huyền Tâm nữa vì anh mải đi tìm đường cứu nước, còn tôi thì chật vật kiếm tiền nuôi bé Hải Âu. Với bằng cấp Cử Nhân Giáo Khoa Anh Văn, tôi xin được chân dạy học trong Hội Trí Thức Yêu Nước và Trung Tâm Dịch Thuật, hai trung tâm này thành lập ra để gom những thành phần trí thức hoặc bên ngoài hoặc học tập cải tạo về để tiện việc kiểm soát hành vi của họ.

Học sinh của tôi cả ngàn người già trẻ lớn bé rất mực yêu thương cô giáo Từ Dung. Ít ai liên hệ cô giáo này với ca sĩ Từ Dung của quán cà phên đường Trần Quang Khải. Có lần tôi xin nghỉ dạy một lớp mà cả lớp 70 người kéo đến nhà trọ tôi biểu tình đòi tôi trở lại.

Sau không sống được bằng đồng lương chết đói nên tôi được hai bạn Đằng Giao và Chu Vị Thủy dẫn dắt vào Tân Sơn Nhất làm cho một hãng du lịch đưa người về Việt Nam do anh của anh Hải Nam làm chủ, nhưng không nhận được đồng lương nào nên chuyển sang làm cho công ty Vicarrent! Thời điểm này tôi điều khiển một đoàn cô gái trẻ đẹp có học thức, biết nói tiếng Anh, cướp hết khách của Saigon Tourists, Vietnam Tourists!

Thỉnh thoảng tôi cũng được ăn commission những nơi giới thiệu khách mua bán, tối thì tiệc tùng linh đình nên tôi lãng quên chuyện quan trọng: tìm đường cứu nước!

Một hôm, vợ chồng người bạn anh tôi, hỏi sao Từ Dung làm việc ở phi trường, môi trường thuận tiện để kiếm ngoại kiều hoặc Việt-kiều mà đi xuất cảnh, tôi nói bông đùa rằng sẽ lấy anh chàng nào gặp gỡ đầu tiên sáng hôm sau!

Đùa mà hóa thực!

LẬP GIA ĐÌNH VỚI JERRY - LÊN ĐƯỜNG ĐI HOA KỲ

Quả nhiên sáng hôm sau, tôi đến làm ở phi trường và gặp chồng tương lai thực. Bước vào chỗ chờ đợi, tôi thấy một anh chàng cựu chiến binh Hoa-kỳ đứng ở đó chờ người hướng dẫn. Anh mặc một chiếc áo pull có chữ Hawaii to tổ bố ở trước ngực.

Đã có ấn tượng với tiểu thuyết "Hawaii" của James Michener nên tôi bước lại hỏi xem anh có cần tour guide không. Anh nói đã gia nhập Vietnam Tourists và có tour guide rồi nhưng muốn mời tôi đi uống cà phê và sau đó chúng tôi làm đám cưới có rất nhiều hải quan tham dự. Nhưng tôi là người đầu tiên lấy Mỹ đi xuất cảnh sau năm 1975 nên vô cùng khó khăn mà cũng không lấy được passport. Sau cùng phải ra Hà Nội đi theo diện hôn phu hôn thê mới được chấp thuận cho visa xuất cảnh. Thế là hai năm sau tôi và bé Hải Âu lên đường đi Hawaii, thiên đường địa giới. Phải làm khai sinh giả cho bé Hải Âu, gạt tên bố đi để bố nó không làm khó dễ ngăn cản nó đi Mỹ.

Trong lúc này là lần thứ hai tôi tình cờ gặp lại Huyền Tâm! Lại thêm một hoàn cảnh trớ trêu nữa! Tôi sắp có chồng, người này là tấm ván cứu vớt tôi và con tôi ra khỏi chín tầng địa ngục, cơ hội duy nhất đưa mẹ con tôi đến một phương trời đầy hứa hẹn: Hoa-kỳ!

Chúng tôi gặp lại nhau đầy ngỡ ngàng tại quán cafe của Huyền Tâm. Tôi giới thiệu vị hôn phu Mỹ của tôi với anh. Jerry, tên anh phi công trực thăng Mỹ, đã mòn mỏi với những ngày tháng đi lại như con thoi để cố gắng mang tôi ra khỏi Việt Nam nên nghĩ đến một chuyện kỳ quái: Làm người hùng như Rambo mang tôi ra khỏi Việt Nam bằng cách vượt biên! Anh quên rằng bộ dạng to lớn của anh làm sao thoát khỏi công an biên phòng?

Vì anh Huyền Tâm trước kia trong hải quân và lái được tàu nên Jerry nhờ anh kiếm mua dùm tàu 3, 4 bloc để vượt biển. Chúng tôi thường xuyên đi lại quán cafe của anh và khi Jerry về Mỹ xin gia hạn visa, tôi đến Huyền Tâm một mình. Lúc đó bỗng dưng anh nói với tôi rằng:

"Khi xưa anh hiểu lòng em nhưng hoàn cảnh chưa cho phép. Bây giờ anh đã sẵn sàng để đến với em, em có chịu không?"

Tôi ngạc nhiên lắm, điều tôi đã mong mỏi từ lâu! Nhưng bây giờ không phải lúc. Tương lai tốt đẹp đang bày ra trước mắt tôi, cơ hội ngàn vàng không thể để vuột khỏi bàn tay nên tôi phải làm lơ như không hiểu!

Tôi gặp lại anh một vài lần nữa ở quán cafe hay ở căn biệt thự lộng lẫy mà Jerry thuê cho tôi rồi không còn cơ hội gặp lại để nghe những lời chân thành anh nhắn nhủ. Anh lại đi tìm đường vượt biên và biến mất khỏi cuộc đời tôi.

Khi tôi trở lại thăm quê hương một vài lần nữa với mục đích là sẽ bảo lãnh cho anh ra đi. Tôi đi tìm anh ở các nhà thờ, nhà nguyện, xóm đạo nhưng không tìm thấy tung tích anh! Cùng lúc đó anh cũng đi tìm tôi bằng mạng, bằng cách hỏi thăm những người về thăm quê nhưng cũng bó tay!

Tôi định cư tại Hawaii, ly dị Jerry vì ông ta không thích ở Mỹ mà muốn về Thái Lan để sống, vô đại học tốt nghiệp ngành ESL. Rồi tôi đi dạy học, vào ngạch trong 25 năm trời, mua nhà cửa, nuôi Hải Âu khôn lớn. Cùng lúc đó, tôi và mấy người bạn thành lập ban nhạc Gió Ngàn đi lưu diễn ở Hawaii.

Khi Hải Âu theo tiếng gọi tình yêu dọn sang California, tôi trụ ở Hawaii vài năm nữa rồi quá buồn nên về hưu sớm, bán nhà để đi theo con gái.

CHUNG SỐNG VỚI PHẠM VĂN LONG

Ở California dạy substitute một thời gian, niềm cô đơn lại gậm nhấm tôi. Tình cờ gặp lại cặp vợ chồng đã xúi tôi lấy chồng Mỹ để xuất cảnh, tôi đã không nhận ra họ. Sau đó bà vợ bị ung thư phổi rồi qua đời. Sau hai tháng, tôi gặp lại anh Long và biết anh là em của thượng nghị sĩ PNS và giáo sư Sử Địa PCD, tức là rất môn đăng hộ đối với gia đình tôi. Chúng tôi có làm một lễ ra mắt với bạn bè họ hàng ở San Jose.

Khi về sống với nhau, tôi mới nhận thấy chúng tôi hoàn toàn khác biệt, về tính tình, về quan niệm sống, về mục tiêu cuộc đời. Anh bạn Tony của tôi rất ngạc nhiên khi thấy sự khác biệt đó và tưởng rằng "opposites attract"! Nhưng không phải như vậy! Tôi thì quá ư nghệ sĩ mà Long thì đơn giản đến mức khô khan! Ít lâu sau chúng tôi đã bàn việc bán nhà để chia tay ai đi đường nấy.

Tôi đang lên list bán nhà và lo tiếp khách đến coi nhà thì Long gọi tôi:

"Ra đây mà xem, có ông nào tên là X viết cho em tình tứ quá đây này. Mau mà mua một vé máy bay Việt Nam về gặp chàng ngay đi!" Giọng anh bông đùa nhưng có tính cách mỉa mai!

X? Ai vậy kìa? Long đã bỏ đi dấu hỏi trên tên của chàng.

Tôi chạy ra xem email. Từ trước đến nay tôi và Long vẫn dùng chung email vì email của Long bị hacker xâm nhập vào.

Tim tôi đập hụt một nhịp. Chính đây là người mà tôi đã cố gắng tìm hỏi khắp mọi nơi đến mức tuyệt vọng không còn chút manh mối nào nữa. Bây giờ người ấy hiện về qua màn internet như một phép lạ thần kỳ và tôi không tin ở mắt tôi!

Tôi đọc ngốn ngấu những lời êm dịu ngọt ngào trong email của anh bao gồm cả lời cảm tạ Thượng Đế cho tìm được tin tức về Từ Dung cho đến những lời ân cần thăm hỏi sức khỏe gia đình tôi.

Gia đình? Một lần nữa anh lại đến muộn rồi sao? Tôi lại mới... lập gia đình, có gọi thế được chăng?

Cuộc tình chúng tôi mới kỳ quái, không giống ai trên trần gian này!

Sao Thượng Đế lại trớ trêu đối với chúng tôi như vậy?

Tôi gượng gạo giải thích về mối ân tình với anh Huyền Tâm cho anh Long nghe rồi đáp email cho Huyền Tâm. Tôi mở một email mới để liên lạc với Huyền Tâm và cho anh hay tình trạng hiện tại của tôi. Anh cũng y như ngày xưa, không hỏi han tra vấn mà chỉ lắng nghe những lời tôi tâm sự, không bao giờ thắc mắc!

Anh gửi cho tôi những bài anh hát, một số bài đã được fans hâm mộ cho lên Facebook và Youtube như "Tôi Đi Giữa Hoàng Hôn," "Hãy Yêu Như Chưa Yêu Lần Nào," "Chiều Tím," " Niệm Khúc Cuối," "Rồi Từ Giọng Hát Em,"...

Tôi nhận ra rằng giọng hát anh thật đặc sắc và mạnh mẽ, giọng ngắn dài vô cùng truyền cảm. Anh nói rằng bây giờ anh cũng có nhiều fans hâm mộ và nổi lều bều... Tôi không dám nghe...suốt cả ngày vị sợ có người để ý!

Khi tôi bán nhà ở Santa Ana rồi, tôi và Long chia tay. Long về ở với con cháu, còn tôi cũng về ở với Hải Âu và cũng báo cáo lại với Huyền Tâm. Anh rất mừng cho tôi được ở gần con. Lần này anh nói bây giờ mà không nói thương tôi thì không còn lúc nào nữa vì tuổi tác chúng tôi gần đất xa trời rồi nên cứ nói yêu đại đi và cứ nói yêu ốm ôm yếu cho bõ bao tháng năm chờ đợi. Anh dặn tôi đừng mập quá mà vòng tay anh choàng không nổi!

Nhưng rồi sự thể lại diễn biến theo chiều khác. Long lâm vào hoàn cảnh khó khăn vì không có chỗ ở. Tôi cũng phần nào chịu trách nhiệm vì đã vì tôi mà Long bỏ housing ở Santa Ana vì income tôi quá cao không qualified. Vì mủi lòng thương nên tôi lại có một bước sai lầm là đi mua nhà ở San Diego cho Long ở vì Hải Âu muốn tôi mua ở San Diego.

THỜI GIAN BỊ UNG THƯ
VÀ CHỮA TRỊ BỆNH

Sau đó tôi bị báo tin đã mắc bệnh ung thư vú bên phải ở bệnh viện Grossmont El Cajon. Trước đó sáu tháng, toi có đi biopsy vú bên phải và được báo tin là benign (không ung thư) nên mừng rỡ chạy ra báo tin cho Long biết. Anh ta lạnh lùng bảo "Có lẽ nhiều người bóp vú em quá đó." Câu nói như một gáo nước lạnh dội vào đầu tôi! Tôi cứ tưởng chúng tôi phải dẫn nhau đi ăn mừng, nhưng sau đó chẳng còn gì để nói!

Trong lúc đó Huyền Tâm được tin rất xót xa nhưng bó tay không làm được gì cho tôi!

Tôi phải làm hóa trị cho xẹp bớt cái bướu rồi giải phẫu vú bên phải, sau đó làm xạ trị để đốt đi những tế bào ung thư đã lan ra năm cái hạch ở nách. Ung thư của tôi đã tới giai đoạn thứ ba!

Khi tôi tạm bình phục, trung tâm ung thư của bệnh viện Grossmont cho tôi vào một trong hai nhóm thử nghiệm trị liệu, một nhóm dùng thuốc và nhóm kia dùng hai thuốc để xem kết quả nhóm nào tốt hơn sẽ dùng cho các bệnh nhân ung thư trong tương lai.

Thời gian này tôi đang hồi phục lại sức khỏe và Hải Âu thường xuyên xuống San Diego để săn sóc tôi. Long cũng đưa tôi đi chữa trị đều đặn.

Tôi và Huyền Tâm vẫn thỉnh thoảng điện thoại cho nhau để thăm hỏi. Tôi có dự định bớt bệnh thì sẽ về thăm anh và Ngọc Lan, cô bạn tôi nhưng ngần ngại hoãn chuyến đi mãi vì sợ chuyện xảy ra sẽ phức tạp hóa cuộc sống hiện tại. Tôi cứ kéo dài không xúc tiến nên anh có trách tôi đã không giữ lời hứa vì lúc đó bệnh trạng tôi đã khả quan hơn. Thế rồi, Định Mệnh và bàn tay Chúa đã sắp đặt đưa cuộc đời tôi vào một khúc ngoặt bất ngờ...

HẢI ÂU ĐỘT NHIÊN TUYÊN BỐ KẾT HÔN VÀ LÀM ĐÁM CƯỚI Ở LÁI THIÊU, VIỆT NAM

Một hôm, con gái út xinh đẹp Hải Âu bỗng tuyên bố xanh rờn "Con sắp lập gia đình." Lời tuyên bố này là quả bom rớt xuống đầu tôi vì đã qua nhiều bồ bịch, Mỹ có, Việt có, nhưng có bao giờ nó nghĩ đến chuyện cưới hỏi gì đâu.

Thế là mọi chuyện xảy ra rụp rụp như ván cờ domino.

Tôi được biết Hải Âu sẽ làm đám cưới ở Việt Nam với em trai của cô bạn gái thân nhất. Gia đình chú rể từ bà mẹ cho đến cô chị gái đều yêu mến Hải Âu kể từ khi gặp chúng tôi bên Hawaii. Bà mẹ đã có lần đến nhà hỏi Hải Âu làm con dâu nhưng tôi trả lời mọi chuyện tùy thuộc ở cháu. Âu không thích vụ hỏi han mai mối nên chỉ cười mỉm chi.

Lần này cháu Âu có về dạy thiện nguyện cho đám trẻ mồ côi ở Bình Dương nên có dịp gần gũi hơn với gia đình chú rể vì họ hàng nội ngoại đều ở Bình Dương, rồi sau đó lại gặp nhau ở San Jose nên cô ta bắt đầu cảm mến Tuấn và việc hỏi cưới xảy ra chớp nhoáng. Chàng mua tặng nàng nhẫn đính hôn tại Tiffany trị giá mấy chục ngàn và cả hai bỏ rớt lại đằng sau các bồ bịch vặt vãnh!

Con gái, phù dâu và hai bà mẹ xôn xao đi may áo dài và chọn màu chọn vải cho thích hợp. Cháu Âu giận tôi vì đã không chịu mặc áo nó may cho (may hỏng) mà lại mặc áo tôi may ở Mỹ.

Khi những chuyện này diễn tiến, Long rất khó chịu với tôi vì việc quyết định về Việt Nam nhưng không thể ngăn cản vì đó là đám cưới con gái tôi!

Tôi và Long đã nói chuyện với nhau rất nhiều lần vì vấn đề tâm tính không phù hợp và cuộc sống không có hạnh phúc. Tôi không ngờ là mặc dù Long vẫn tỏ ra bất mãn với cuộc sống hiện tại nhưng lại yêu tôi say đắm và muốn sống bên tôi cho hết quãng đời còn lại. Đối với tôi thì Long là tình nghĩa ba năm trời Long đã đưa tôi đi chữa trị khi tôi mắc cơn bệnh ung thư. Đến ngày tôi mổ thì bé Âu cũng đến và hai người đưa tôi đi giải phẫu và chờ đến khi tôi xuất viện.

Tôi day dứt vì tình nghĩa với Long nhưng đó không phải là tình yêu say đắm mà tôi suốt đời từng mong đợi. Tình yêu đó mầu nhiệm như một phép lạ, một tình yêu mà một người có thể hy sinh tính mạng mình để cứu người yêu, giống như chuyện phim "Topaz" (Hoàng Ngọc)!

Người đàn ông để tôi có thể yêu phải can trường, đảm lược và bao dung như ba tôi và cậu tôi!

TÌNH YÊU VƯỢT THỜI GIAN VÀ KHÔNG GIAN

Bước chân xuống phi trường Tân Sơn Nhất, tôi thấy ngộp thở vì đám đông ồn ào, hỗn độn khác hẳn với phi trường Korea mà tôi mới ngồi chờ chuyến bay đi Việt Nam lúc nãy. Phi trường Korea thật tráng lệ, im lặng và lịch sự. Trái lại, phi trường ở đây giống như họp chợ. Tuấn, chồng sắp cưới của Âu đã chờ sẵn với hai quả dừa đã bổ ra cho tôi và Annie, chị của Tuấn.

Chúng tôi bước chân lên chiếc xe Uber đã chờ sẵn... Trên xe, tôi có dịp trò chuyện với bác tài về cuộc sống ở Việt Nam. Tuấn cho tôi ăn mì tại một tiệm Tàu gần chợ Bến Thành, cũng ngon và lạ miệng đối với tôi.

Rồi tôi nóng lòng gọi ngay cho anh Huyền Tâm. Giọng anh mừng rỡ bên đầu dây bên kia "Em đến rồi hả? Em ở đâu? Chừng nào mình gặp?" Anh hỏi dồn dập làm tim tôi muốn ngừng đập!

Tôi cần thì giờ để nghỉ ngơi và chuẩn bị tinh thần cho buổi gặp gỡ đầu tiên với anh sau mấy chục năm xa cách. Tôi hồi hộp nhìn trong gương xem dung nhan mùa hạ mình ra sao. Tôi đâu ngờ rằng vì tôi anh phải cạo sạch bộ râu "bác Hồ" của anh đi để tôi đỡ sợ hãi vì hình dung ngầu của anh!

Tuấn và Annie bỏ tôi xuống một khách sạn trên một con đường nhỏ đối diện cửa Đông chợ Bến Thành. Khách sạn này tại trung tâm thành phố nên mấy người tiếp tân tương đối lịch sự và được huấn luyện nghề nghiệp, không giống như khách sạn chợ Cầu Ông Lãnh mà tôi dọn tới lúc sau.

Rũ sạch phong sương và bộ quần áo mặc cả ngày trên máy bay, tôi vào phòng tắm. Tôi ngạc nhiên thấy nước từ hoa sen chảy xuống tung tóe khắp sàn, phòng không có bồn tắm cũng chẳng có tường chắn nước! Đành để nước lênh láng khắp phòng tắm vậy. Đến lúc dùng giấy vệ sinh xong thì thấy bảng yêu cầu đừng bỏ giấy vào bồn cầu sợ kẹt không thoát, vậy thì câu hỏi là: bỏ vào đâu bây giờ?

Đành liệng vào sọt rác!

Qua khỏi những bước đầu ngỡ ngàng vì môi trường xa lạ, quá xa lạ! Tôi sắp quần áo vào tủ và đánh một giấc dài đến sáng hôm sau. Giấc ngủ chập chờn trên máy bay còn làm cho mình mệt hơn là không ngủ.

Sáng ra, tôi yên chí có một bữa sáng chiêu đãi khách như quảng cáo bèn chững chạc lên lầu năm để ăn sáng. Cô hầu bàn cho biết phòng tôi thuộc giá thấp nên phải trả tiền. Cũng OK thôi!

Chờ cô bạn chí cốt Ngọc Lan một tiếng đồng hồ cũng chưa thấy bóng hồng xuất hiện, tôi xuống phòng khách của khách sạn chơi và chiêm ngưỡng những món đồ thủ công nghệ họ bày bán. Tôi quen ở Mỹ nên quên mất giờ giấc cao su ở Việt Nam. Không biết làm gì, tôi mua vài món về làm kỷ niệm cho hàng xóm.

Rồi Lan cũng tới. Chúng tôi ôm lấy nhau hàn huyên và hỏi thăm bệnh tình nhau vì Lan cũng bị tắc mạch máu tim phải thông như tôi!

Trước kia khi giúp tôi mở quán Nguyệt Cầm sau khi quán Từ Dung đóng cửa, Lan đã phải bán đi chiếc velo solex duy nhất của cô để góp vốn giúp tôi mở quán. Anh Trần Trịnh cũng mang chiếc dương cầm của anh lại và đánh đàn cho tôi mỗi tối. Bước vào quán Nguyệt Cầm là bạn có thể nghe bản Nguyệt Cầm do Từ Dung hát và Trần Trịnh đệm đàn.

Sau này có chiến dịch đánh văn hóa và quán bị đóng cửa, nhiều quán cafe chơi nhạc vàng khác cũng bị bố ráp và chủ quán bị bắt như quán cafe Văn Hoa. Tôi phải cao chạy xa bay vì họ lục tìm đích danh tôi. Lan ở lại chịu nhiều đắng cay về tài chính và sự quấy nhiễu của chính quyền, dù đã cố gắng bán quán cho một thính giả mù đến thưởng thức âm nhạc vẫn không hồi phục lại được.

Lan rất cảm động về những món quà mà tôi mang cho cô, nên đánh rơi quà cáp tứ tung trên sàn phòng khách sạn.

Đúng bốn giờ thì tim tôi đập mạnh mà Lan vẫn chưa chịu về, tôi độ chừng cô ta cố tình muốn ở lại để thấy mặt anh Huyền Tâm.

Không như một số người khác, anh đến rất đúng giờ đúng giấc! May mắn là anh đã cạo râu nên tôi còn tìm thấy hình ảnh người hùng trong tâm khảm tôi qua bộ dạng hiện tại. Mắt anh long lanh tinh nghịch nhưng vẫn không giấu nổi sự xúc động và miệng anh tủm tỉm cười. Anh tránh nhìn thẳng vào mắt tôi mặc dù tôi cố giương mắt ếch để nhìn vào cửa sổ linh hồn của anh!

Anh mang nước yến làm quà cho tôi và mở hai hộp cho tôi và Lan. Thứ gì anh mang lại thì đối với tôi cũng quá ngọt ngào!

Chúng tôi thăm hỏi cầm chừng và anh bông đùa dí dỏm làm tôi và Lan khúc khích cười.

Rồi Lan ra về nhưng chỉ chừng vài phút sau lại trở lại vì quên đồ tứ tung!

HỘI NGỘ

Sau cùng chúng tôi cũng được một mình cạnh nhau, mặt đối mặt tay trong tay. Người ta nói tình cũ không rủ cũng đến nhưng đối với chúng tôi, có khi nào là tình là yêu chưa hay chỉ đến với nhau trong mơ thôi. Mộng và thực giờ đây lẫn lộn, đầu tôi không còn tỉnh táo để hướng dẫn câu chuyện với anh.

Như bao lần khi giáp mặt anh, tôi có cả ngàn chuyện để han hỏi nhưng rồi chúng biến đâu mất hết!

Chợt nhớ ra bài thơ Tạ Tình của tôi do anh phổ nhạc, tôi hỏi anh đã sẵn sàng hát cho tôi nghe chưa. Bài thơ này tôi đã làm 30 năm nay và làm cho anh nhưng mãi gần đây mới chia sẻ cùng anh:

Tạ Tình

Lối xưa rêu lấp dấu hài
Yêu nhau một khắc một thời xa nhau
Ngàn sau, ai biết ngàn sau
Thời gian tro phủ một màu hư không...
Mai sau còn nhớ nhau không?
Tình hồng rồi nhạt, áo hồng rồi thay
Chi bằng sống trọn hôm nay
Vòng tay đan chặt cho đầy nhớ thương

Gặp nhau chi để vấn vương
Để thao thức suốt đêm trường dệt thơ
Ơn người từ cõi bơ vơ
Vớt em ra khỏi bến bờ quạnh hiu
Ơn người vun quén trăm chiều
Giúp em cạn chén thương yêu mặn nồng
Ơn người quét sạch biển Đông
Cho em một chút nắng hồng ban mai
Ơn người như ánh sao mai
Giúp em soi tỏ cõi trời âm u
Ơn người quét sạch sương mù
Thắp vầng trăng tỏ đợi chờ em qua
Xin về đem hết tinh hoa
Tuôn lên ngòi bút cho ta tạ tình
Xin về tìm lại bóng hình
Thắp hương tô điểm cho tình lẻ loi
Xin về nhặt mảnh tim rơi
Bắc cầu làm nhịp cho người bước qua
Dù mai ngàn dặm cách xa
Đêm về thủ thỉ cho ta tạ tình
Cuộc đời ly, hợp, tử, sinh
Là phù du hết chỉ Mình với Ta!

Anh thú nhận là đã để mất bản nhạc trong một quán cafe và phải ngồi viết lại!

Đây là lần đầu tiên có người phổ nhạc một bài thơ tôi làm. Mặc dù thơ tôi làm cũng có nhiều người ưa thích nhưng chồng cũ của tôi, TCP thích thơ DTL hơn nên chỉ phổ nhạc thơ của anh ta!

Đương nhiên là tôi rất cảm động, nhất là bài thơ ấy tôi đã làm cho chính anh, để tạ tình anh đã giúp đỡ cưu mang tôi trong thời gian tôi sa cơ thất thế mà chưa bao giờ đòi hỏi một sự đền đáp nào. Lúc đó tôi là một thiếu phụ xinh đẹp hấp dẫn có nhiều người vờn quanh nhưng anh đặc biệt không chú ý gì đến tôi mà chỉ coi tôi như người em gái cần được nâng đỡ!

Nói chuyện một hồi và hàn huyên đủ thứ chuyện thì tôi mỏi lưng quá và anh bảo tôi nằm xuống giường và anh sẽ ngồi cạnh tôi cho tôi nghỉ mệt.

Không biết anh nằm xuống cạnh tôi lúc nào và đôi mắt anh như nuốt chửng lấy cả tâm linh tôi, thời gian và không gian ba chiều đều ngừng lại đột ngột rồi bỗng dưng chuyển mình xoay nhanh hơn cả tốc độ ánh sáng.

Tất cả hình ảnh dĩ vãng xa xưa nơi quê hương đã vùi chôn theo năm tháng giờ sống lại mãnh liệt cuốn chúng tôi vào cơn lốc xoáy với tốc độ kinh hoàng.

Không còn gì hiện hữu tại không gian này ngoại trừ hai đứa chúng tôi và mối tình tưởng vùi quên trong tro tàn của bốn mươi năm phù du nơi trần thế!

*"Cuộc đời ly, hợp, tử, sinh
Là phù du hết chỉ mình với ta!"*

Rồi, đầu tôi gối lên cánh tay anh êm ái, mùi da thịt anh phảng phất làm tôi ngây ngất. Tôi bèn hỏi một cách tò mò:

Thế, khi xưa lúc anh không bao giờ tiến tới tấn công em, anh có bao giờ tưởng tượng vuốt ve âu yếm em không?

Anh cười nói:

Có chứ, nhưng lúc ấy anh là thằng chết nhát với phụ nữ mà nhất là em đẹp quá anh không dám!

Ôi, lý luận của anh mới kỳ quặc làm sao. Không giống ai!

Chúng tôi thủ thỉ hết chuyện nọ sang chuyện kia. Bên ngoài thời gian trôi qua mau quá và niềm vui thì ngắn ngủi không lâu!

Anh đến với tôi mỗi ngày vào giấc chiều tối. Anh bỏ cả giờ dạy nhạc để dành thời gian cho người yêu. Tôi chưa bao giờ được hạnh phúc như thế. Anh nâng tôi như nâng trứng, hứng như hứng hoa...

Khi thì chúng tôi đi ăn bún chả, chả cá, cua bể rán, khi thì ăn mì, hủ tíu, khi thì ngồi hàng giờ tại một quán cafe vắng lặng. Anh nói chuyện đời cho tôi nghe và tôi trở lại thành cô sinh viên ngây thơ năm nào, không còn là người đàn bà lăn lộn với cuộc sống.

Mới đầu anh chở tôi sau xe gắn máy của anh, tôi sợ lắm và đòi đi taxi về, nhưng sau anh bảo tôi chết thì cùng chết và ôm nhau tình lắm nên tôi hết sợ, mặc cho định mệnh đưa tới đâu thì tới.

Sáng nào thức dậy, tôi cũng ra ngoài khách sạn mua một hay hai mớ rau cho bà già gù ngồi ngay ngoài cửa rồi đưa cho bà sui gia hay anh Huyền Tâm về nấu nướng. Ngày cuối cùng chúng tôi chia tay với "bà già gù" (chính ra bà còn thua tuổi tôi), cả tôi lẫn bà đều rơm rớm nước mắt...

Tối thì chúng tôi đến quán hát cho nhau nghe như Dalat, Feeling... để nghe anh hát. Tôi yêu cầu những bài tôi thích như "Ai Về Sông Tương," "Duyên Thề," "Hãy Yêu Như Chưa Yêu Lần Nào," và say sưa lặng ngắm anh trình diễn.

Tôi rất bằng lòng với vai trò khán giả như thế. Có nhiều học trò âm nhạc của anh đến thăm hỏi, đến khi họ khám phá ra tung tích tôi thì tôi đành lòng lên hát, phần nhiều nhạc ngoại quốc và cả nhạc TCP theo yêu cầu. Có lúc anh cũng hạ mình hát song ca với tôi cho tôi vui, mặc dù anh chưa bao giờ hát song ca với ai cả nên tôi rất lấy làm hãnh diện!

Khán giả mặc dù chỉ ở những quán cafe nhỏ bé nhưng còn nhớ đến tôi nên xúm xít hỏi han trò chuyện làm tôi cũng cảm động. Có người còn nắm tay rươm rướm nước mắt khi tôi hát vì nhớ lại thời vàng son đã mất...

THUỞ THIẾU THỜI

Dung sinh ra trong một gia đình văn học có tiếng, dẫn đầu lịch sử văn hóa trong nhiều thời đại và thế hệ. Thấm nhuần thơ văn và âm nhạc từ thuở thơ ấu, Dung đã thuộc lòng rất nhiều bài thơ trong đó có rất nhiều đoạn của Truyện Kiều. Hồi lên sáu tuổi, đã biết si tình một cậu bé trai hàng xóm mà làm thơ rằng:

Để rồi sau đó bị cậu Dung, Như Phong Lê văn Tiến cho ăn đòn vì biết rung động với người khác phái quá sớm!

Đến năm Dung lên bảy tuổi thì cả gia đình di cư vào Nam. Ký ức của Dung về Hà Nội không được phong phú lắm vì còn quá nhỏ, chỉ nhớ con đường Hàng Vôi nơi có căn nhà của bà và mẹ, cây bàng trong sân trong giống như những căn nhà có sân trong của phim Hàn Quốc, cái phản bằng gỗ gụ và bộ salon cũng bằng gỗ bóng loáng. Dung còn nhớ cả trường Hàng Vôi nơi Dung phải đi học mỗi buổi sáng trời giá rét, đến trường thì hay bị chúng bạn bắt nạt vì tính nhút nhát cả nể. Ngay cổng trường có một căn phòng phủ vải xanh, thiên hạ đồn đại là có ma và con ma này thích ăn ngón tay người, nên bọn trẻ tránh xa phòng đó mỗi khi vào trường.

Khi Dung trở về thăm Hà Nội có trở lại thăm căn nhà của gia đình, hiện tại có đến tám hộ ở (làm Dung nhớ tới đoạn phim trong "Doctor Zhivago" khi Zhivago về và chứng kiến căn nhà của mình bị cách mạng tịch thu). Những người ở đó vẫn còn duy trì bàn thờ của bà ngoại Dung, và cũng đến thăm ngôi trường thời ấu thơ, lòng tràn đầy xúc cảm vì những kỷ niệm và hình bóng người xưa hiện về.

Khi vào Nam thì gia đình Dung ở đường Hiền Vương, lúc đó tên là Mayer, khu Tân Định. Buổi chiều cơm nước xong là các anh chị dắt Dung đi bộ quanh vùng Tân Định, thỉnh thoảng được ăn kem rất ngon. Thời đó còn xài đồng một đồng xé thành đôi tức là năm cắc. Dung được mẹ cho năm cắc mỗi lần chịu đánh răng, không xài tới mà để dành cho tới khi mua được một lạng vàng cho mẹ!

Kỷ niệm ở trường học thì rất ngộ nghĩnh, trường học đầu tiên trong Nam là Huỳnh Tịnh Của. Lớp đầu tiên là lớp Tư. Lần đầu tiên cô giáo người miền Nam đọc chính tả, tựa đề là "Lạc Vào Rừng," Dung hoàn toàn không nghe ra một chút nào vì chữ "vào" thành ra "zào." Lại khổ sở thêm vì bị lũ bạn trêu ghẹo là "Bắc Kỳ ăn rau muống và ăn cá rô cây"!

Nhưng thời kỳ khổ sở cũng qua đi và tụi bạn Nam Kỳ cũng bắt đầu chấp nhận. Dung vốn thích âm nhạc từ khi ngồi bên anh Nguyễn Tường Ánh mỗi buổi chiều nghe anh đánh những bản nhạc Chopin, Mozart, Beethoven. Dung đã thuộc nằm lòng những bài này đến độ dù không biết nhạc nhưng ai đánh sai một nốt cũng nhận ra ngay. Đến mười tuổi thì Dung đại diện trường lên hát ở Nhà Hát Lớn Sàigòn và vào Dinh Độc Lập múa cho Tổng Thống Ngô Đình Diệm xem. Dung đã say mê những nốt nhạc từ lúc ấy, nhưng vẫn nghĩ là sau này sẽ trở nên một nhà văn như bố Dung, Hoàng Đạo Nguyễn Tường Long.

Dòng họ văn học có tiếng tăm qua nhiều thế kỷ không ít thì nhiều cũng mang lại cho con cháu hậu duệ một áp lực tinh thần không nhỏ, sao cho không hổ danh con cháu dòng họ Nguyễn Tường. Là con út của Nguyễn Tường Long, nhưng Dung chưa một lần thấy mặt bố. Ba đi cách mạng bên Trung Hoa, để lại cho mẹ việc đảm đương cả gia đình, bà ngoại Dung và bốn người con, chị Nguyễn Minh Thu, anh Nguyễn Tường Ánh, anh Nguyễn Tường Lân và cách chín năm sau, qua một lần ba về thăm mẹ mà có Từ Dung. Đây là cái tên ba đặt cho từ Quảng Châu, nếu con trai thì là Duy hay Giản, con gái thì Từ Dung. (Vì chữ "Từ" có nghĩa là "mẹ", ông cụ tôn thờ bà cụ nên muốn dùng tên "Dung" để tỏ lòng thương nhớ). Sau này vì một sự trùng hợp nên ai cũng tưởng Từ Dung đổi tên theo với tên chồng (chồng cũ), nhưng đó là tên cúng cơm của Dung. Dung cũng đã dùng tên đó trong các bài viết cho một số báo Việt Nam tại California.

Mẹ Dung bương chải được cũng nhờ một phần tài sản của bà ngoại do ông ngoại để lại. Dung cũng chỉ nghe kể lại là ông ngoại đã bị Việt Minh bắn chết khi đi thu tiền ở nhà bank Pháp tại Hà Nội. Ông bà và mẹ Dung có quốc tịch Pháp, cả các anh chị, sau thời Tổng Thống Diệm mới đổi ra quốc tịch Việt để chị Minh Thu lấy được học bổng đi Úc-đại-lợi.

Còn cậu Như Phong Lê Văn Tiến? Về cậu thì Dung đã có một bài viết ngắn về cậu, giúp người ta hiểu về con người bất khuất siêu thường đó và sẽ hiểu vì sao mà Dung ngưỡng mộ cậu đến như vậy.

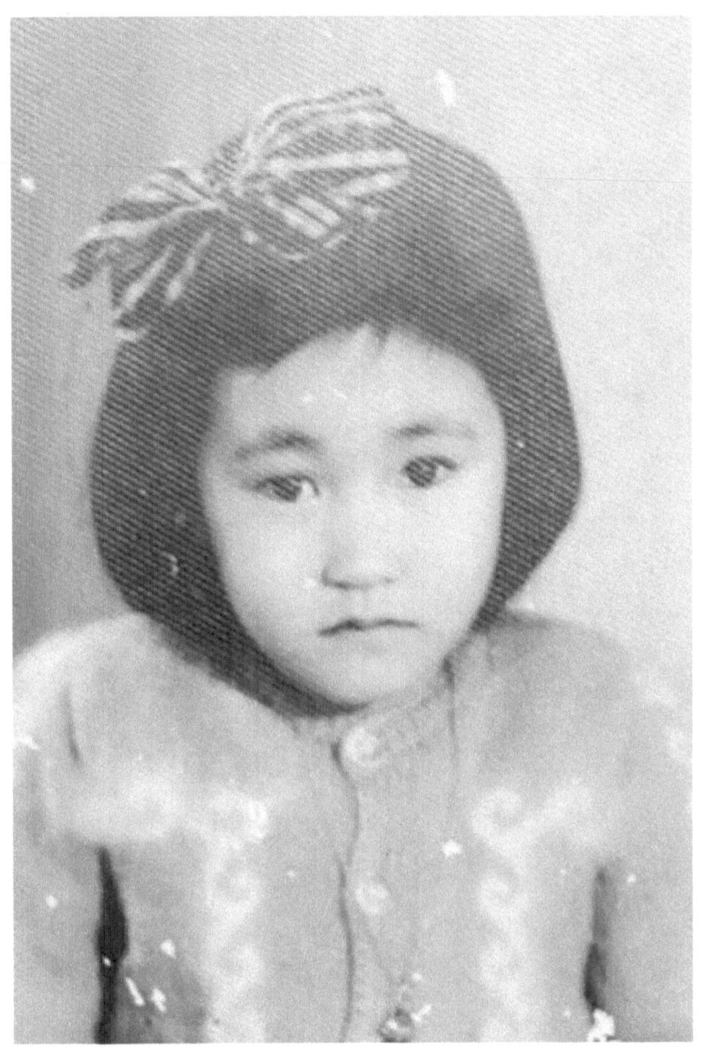

Từ Dung

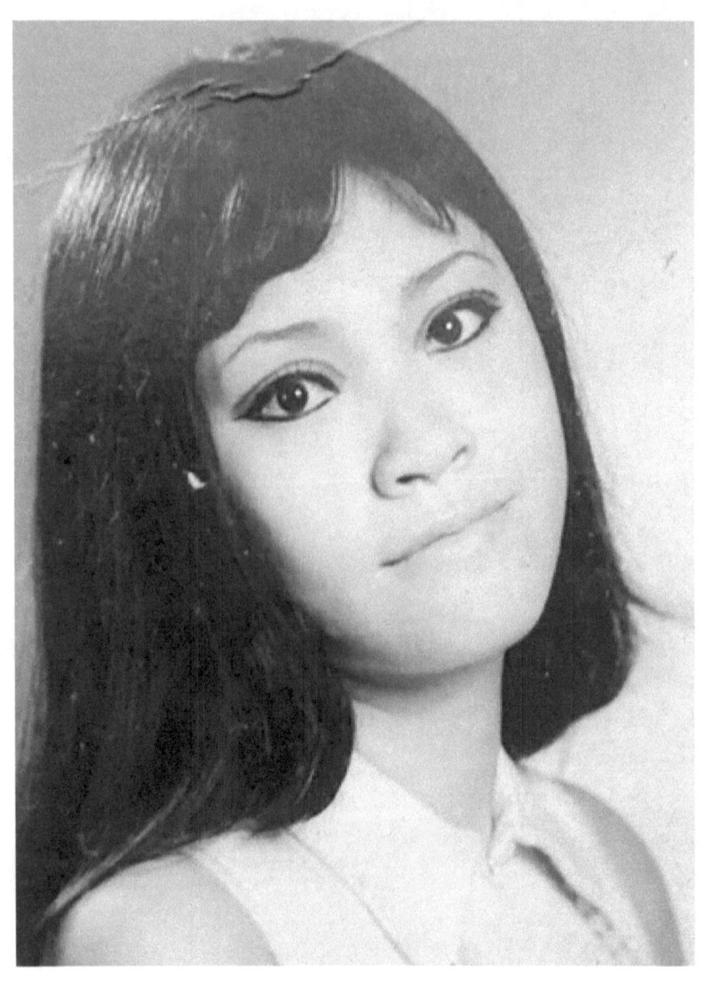

Từ Dung

Từ Dung

GIAI ĐOẠN DI CƯ VÀO NAM

Ngày gia đình Dung rời Hà Nội thân yêu để lên đường vào Nam, một ngày vào tháng Tư năm 1954, tuy bé tí (7 tuổi) nhưng lạ thay Dung nhớ rất rõ ngày đó, gia đình chuẩn bị đi làm sao, ông Lui quản gia bị đứt tay máu chảy dầm dề như thế nào, cây bàng trong sân nhà trong với những chiếc lá xanh tươi và những quả bàng hình bầu dục như nói lời từ ly vĩnh viễn. Bà còn nhiều căn nhà ở Hà Nội chưa bán kịp nên khi vào Nam xong, mẹ phải trở ra ngoài Bắc lo thanh toán được cái nào hay cái ấy. Cả nhà lo ngay ngáy mẹ Dung về không kịp khi đất nước phân chia mà phải ở lại ngoài Bắc thì các con sẽ sống ra sao! Khi mẹ về kịp, cả gia đình mừng húm vì mẹ là con chim đầu đàn dẫn dắt gia đình nơi đất lạ quê người.

Được một thời gian ổn định về mặt tài chính thì mẹ Dung mở tiệm Chả Cá Thăng Long. Có rất nhiều văn nghệ sĩ vài giới có máu mặt đến tiệm để thưởng thức món chả cá rất ngon và tinh khiết này. Về sau tôi lặn lội khắp nơi từ Bắc chí Nam nhưng không bao giờ tìm được hương vị chả cá của mẹ tôi nữa, không biết là vì bị thất truyền hay vì vấn đề tâm lý? Phòng bên ngoài rất rộng, còn có một phòng nhỏ bên trong để cho khách muốn ngồi riêng, trên tường là bức tranh dân gian của họa sĩ Phạm Tăng dài nguyên cả một bức tường. Bức tranh đó khi vợ chồng Dung đi vượt biên có nhờ một người bạn văn sĩ bên hàng xóm giữ dùm, xin họ là nếu bị bể, về thì xin trả lại. Đi hai hôm về đến nơi thì bức tranh đã bay theo mây khói, và túi tiền của chàng văn sĩ tên Linh dĩ nhiên là nặng thêm khá nhiều.

Chuyện tương tự cũng xảy ra với chiếc đàn guitare của Dung tặng cho ông xã (lúc đó). Đó là chiếc Yamaha tiếng rất ngọt và mang nhiều kỷ niệm của chúng tôi, một chàng văn sĩ khác (cũng là anh rể họ của tôi) cũng nhẹ nhàng đem đi tặng cho người yêu ngay lập tức, không lý gì đến khổ chủ khi quay về mất mát tất cả, không phải do Việt Cộng lấy mà do bạn bè anh em!

Người duy nhất đã đem trả lại đầy đủ mọi thứ Dung nhờ giữ hộ là ký giả Hồng Dương, kể cả chiếc piano đắt giá cũng hiệu Yamaha. Chúng tôi đi vượt biên như cơm bữa nên phải chịu mọi hậu quả, nhưng nhờ những biến cố như vậy mà biết được tư cách của con người, lúc bình thường bôi son vẽ phấn thì ai cũng đẹp, cũng sang cả.

Khi sang đến California tìm Hồng Dương để tạ ơn, thì vừa lúc anh tạ thế. Đành ngậm ngùi cầu nguyện để linh hồn anh được siêu thoát.

Trở lại tiệm Chả Cá Thăng Long, ngày nào cũng nhiều nhân vật đến viếng thăm, như Chu Tử, Mặc Thu, Hoàng Nguyên, đó là những ngày vàng của gia đình Dung. Ở nhà Dung là con út nên được cưng lắm, tên gọi là "chú bé," suốt ngày đòi ăn muối xị (xí muội), đi học phải có chú Tư người giúp việc cõng đi. Mẹ Dung nuôi đến sáu bảy người giúp việc, tính bà lại rất rộng rãi thương người nên dù quán có đông khách cũng vẫn lỗ lã nên sau cùng phải dẹp tiệm và cho một ông Mỹ mướn mặt bằng để mở bar Kontiki.

Lúc đó thì Dung bắt đầu ý thức được tình yêu ở tuổi 15, 16. Dung có nghi ngờ là một anh chàng tên Thiệu, giúp việc trong nhà nhưng còn là học sinh, mặt mũi nho nhã thầm yêu trộm nhớ mình. Không nén được sự tò mò nên Dung đã hỏi thẳng: "Có phải Thiệu yêu tôi không?" Thiệu trả lời lúng túng: "Phải."

Sau đó cả hai người tránh mặt nhau một thời gian dài nhưng kinh nghiệm đó cũng để lại cho Dung một ấn tượng và sự thắc mắc về tình yêu là gì và sự liên quan giữa tình yêu và tình dục. Dung không biết rằng sự kích thích của hormone có phải là tình yêu không và trường hợp như Dung bình thường hay bất thường khi phát triển sớm so với lứa bạn cùng tuổi. Ở nhà thì dĩ nhiên là không dám đề cập đến chuyện này nếu không muốn bị ăn đòn của mẹ hay cậu. Dung cũng bắt đầu tập "viết văn," chuyện tình đàng hoàng, trên bàn có một tách cà phê để có vẻ nhà văn!

Dung thi trượt bằng tiểu học vì mải lo điệu hạnh nhưng chị Thu dắt đi xem kết quả về cũng không lấy gì làm buồn. Lúc đó bạn bè nói Dung là hoa khôi trường tiểu học Đinh Tiên Hoàng Đa Kao, được cô giáo chỉ định đóng vai cô gái Bắc trong màn trình diễn y phục Trung Nam Bắc.

Sau khi "tốt nghiệp" tiểu học, Dung vào học đệ thất tới đệ ngũ ở trường Vương Gia Cần, thầy dạy Việt văn là Vũ Hạnh, lúc đó Dung sổ sữa nên bị trẻ con ném đá mỗi khi đến trường.

Sang đến đệ tứ, đệ tam ở Nguyễn Bá Tòng thì Dung theo đạo Thiên Chúa Giáo, một phần vì tôn sùng cha đỡ đầu là cha Vũ Đình Trác, lúc đó dạy Dung Việt văn, cha Hà dạy Anh văn và cha Tiệm dạy toán. Dung hay bị Nguyễn Ngọc Ngạn chế diễu vì tóc chải xù và đeo thánh giá tổ bố trước ngực! Bạn thân Dung gồm có Chu thị Thủy con Chu Tử, Hoàng thị Thủy và Thanh Đào, không kể Vũ Nam Tấn là mối tình học trò đầu tiên, khi mà chỉ nắm tay nhau cũng đủ run rẩy và đỏ hồng hai má. Ôi thời hoa mộng mới đẹp làm sao và ta có cả thế giới trong bàn tay thơ dại!

Dung muốn ngắt câu chuyện một chút để nói về một yếu tố quan trọng chi phối cả cuộc đời Dung, vì Dung có niềm tín ngưỡng mãnh liệt ở Thiên Chúa. Hai vị thánh cao cả mà Dung yêu thương là thánh Francis of Assisi và thánh Therese de L'enfant Jesus. Dung hay có một hành động khùng điên (ảnh hưởng phim ảnh) là nằm sấp trước bàn thờ Chúa, dang tay ra và khấn nguyện. Dung khấn hứa trước Chúa và Đức Mẹ là sẽ dâng trọn đời để cống hiến cho việc phụng sự Chúa. Cùng lúc ấy cũng là lần đầu Dung được xem bộ phim "Le Miracle" (The Miracle) trình chiếu tại Sàigòn và say mê bộ phim này, tài tử thủ vai chính là Carroll Baker và Roger Moore. Điệu nhạc lồng trong phim rất tuyệt vời, vừa cao quý vừa đớn đau như cốt truyện phim vậy.

Truyện phim được lồng trong một thung lũng tên là the Miraflores, tọa lạc gần Marid, Tây-ban-nha. Lúc đó đang có chiến tranh giữa Anh và Pháp xảy ra khốc liệt trên miền đất này. Một anh chàng sĩ quan của quân đội Anh được đưa vào tu viện nữ gần đó để cấp cứu cùng với nhiều đồng đội khác. Khi được cứu chữa và săn sóc bởi cô nữ tập sự xinh đẹp, anh ta đã cảm động và thầm yêu cô. Điều đáng kể là cô nữ tu, mặc dầu lời khấn nguyện, cũng đã rung động vì chàng sĩ quan đẹp trai. Cuối cùng khi chàng ra đi để chiến đấu ở Marid, cô đã bỏ tu viện để chạy theo tìm chàng sĩ quan. Một phép lạ xảy ra! Tượng Đức Mẹ uy nghi trên bệ thờ biến mất và thay vào đó là một nàng nữ tu y hệt như nàng nữ tu đã bỏ tu viện ra đi. Sau đó khi chàng sĩ quan về tìm người yêu thì nàng đã khấn nguyện và thực thụ trở thành bà sơ của tu viện. Chàng thất vọng bỏ quay trở lại quân đoàn.

Trong lúc đó thì nàng nữ tu thật, không tìm được người yêu, đã trải qua cuộc sống đa đoan từ sống chung với đoàn người Bohemiens đến trở thành một vũ công Flamenco nổi tiếng ở Madrid. Những người tình của nàng đều chấm dứt cuộc sống bằng một cái chết đẫm máu và oan ức. Khi dùng chiếc khăn choàng trắng chấm vào máu của anh chàng matador chết vì hiến dâng con bò mộng cho nàng, nàng nghĩ rằng số phận đã không cho nàng một tình yêu trần thế!

Thì đúng lúc đó nàng gặp lại chàng sĩ quan! Họ siết bao vui mừng khi gặp lại nhau, mặc dù có vấn đề khúc mắc về nàng nữ tu mà chàng chứng kiến khấn nguyện ở tu viện. Họ nghĩ rằng có lẽ chàng đã nhìn lầm người! Hạnh phúc chẳng được bền lâu. Một lần nữa chàng sĩ quan lại bị triệu đi đánh với quân Pháp. Miraflores (tên nghệ sĩ của nàng) biết rằng số phận đe dọa người yêu nàng, nên đến trước tượng Đức Mẹ cầu xin Đức Mẹ hãy cứu lấy mạng sống của chàng, và đổi lại, nàng sẽ trở lại tu viện tiếp tục cuộc sống tu hành.

Nàng cởi bỏ trang phục lộng lẫy, khoác vào người chiếc áo nâu, leo lên một cỗ xe bò lạch cạch trở về thung lũng Miraflores, trong lúc đó chàng sĩ quan được cứu sống bằng một phép lạ. Viên đạn nhắm vào đầu chàng đã đi lệch trong gang tấc và xuyên qua mũ sắt mà không chạm vào đầu chàng. Chàng trở về tìm nàng nhưng đã quá muộn, nàng đã ra đi!

Nàng trở về quỳ trước bệ trống không và một phép lạ thứ hai xuất hiện, Đức Mẹ lại hiện ra trên bệ và cùng lúc đó, thung lũng khô cằn hạn hán được một trận mưa rào tưới xuống trở nên tươi mát trở lại. Dân chúng trong làng đổ xô đến nhà thờ để chứng kiến Đức Mẹ trở lại với Miraflores.

Chuyện này có liên hệ với cuộc đời Dung là vì Dung cũng khấn nguyện trước tượng Chúa và Đức Mẹ là sẽ trọn đời dâng hiến cho việc phụng sự Chúa. Thay vì giữ lời hứa Dung đã trải qua nhiều mối tình và lần nào cũng đưa đến một đoạn kết đau đớn. Phải chăng đó là sự trừng phạt của Thiên Chúa? Cuốn phim gây dấu ấn nặng nề trong đầu óc của Dung và trong 50 năm trời Dung đã gắng công tìm kiếm để xem lại cuốn phim này nhưng vô vọng.

Bỗng nhiên hôm nay cuốn phim này được trình chiếu trên đài TCM. Phải chăng Thiên Chúa đã nhấc khỏi hình phạt cho Dung và cho phép Dung yêu trở lại? Hoặc đó lại là một lời cảnh cáo cho cuộc tình mới đang len lén đi vào cuộc đời Dung? Có ai trả lời được không?

Lúc bấy giờ dân chúng miền Nam tạm hưởng thái bình dưới thời Tổng Thống Ngô Đình Diệm. Mặc dù có nhiều điều tiếng chê bai chế độ gia đình trị của ông, ông Nhu và bà Nhu, nhưng tương đối người dân được sống no đủ. Một tô phở có một đồng bạc, que kem có năm cắc, lúc đó còn xài đồng bạc xé đôi. Cũng có nhiễu loạn do đám Ba Cụt, đám Bình Xuyên, Cao Đài, Hòa Hảo gây ra, nhưng đã bị dẹp sạch. Nhạc của Phạm Duy, Lê Thương, Văn Phụng, Lê Hoàng Long, Vũ Thành được phổ biến rộng rãi trong dân chúng. Khuất Duy Trác được ưa chuộng qua bản nhạc "Hướng Về Hà Nội" và những bài hát nhớ thương quê nhà cũng được ca hát trong đài phát thanh mỗi ngày. Dung thích những bài vui tươi và làm phấn khích lòng người như bài "Hè Về," "Dừng Bước Thăng Trầm," "Hoa Xuân," …Thời gian đó (khoảng năm 1958) có ban nhạc của Vũ Thành với kèn trống bóng loáng chơi kế bên Quốc Hội, giữa Continental và Bộ Nội Vụ, cứ mỗi chiều thứ Bảy.

Năm 1961, Dung chuyển trường sang Trưng Vương cùng bạn thân là Thanh Đào, vào lớp Đệ Nhị, Đệ Nhất. Các bà giám thị vô cùng khó khăn, cô nào mặc áo chật eo là bị các bà cầm kéo cắt ra, cô nào tóc chải bồng là bị các bà chọc xẹp xuống. Dung và Thanh Đào, Bạch Cúc là bộ ba không tách rời, cứ chiều là các nàng chạy sang sở thú chơi và khắc tên trên các thân cây. Cuộc sống thật là êm đẹp và thú vị.

NHỮNG MỐI TÌNH HỌC TRÒ ĐẦU ĐỜI

Sau cơn đau khổ vì mối tình đầu với Vũ Nam Tấn là bạn học cùng lớp tại Nguyễn Bá Tòng, cái nhìn của Dung về tình yêu cũng bắt đầu thay đổi, không còn lãng mạn hóa như thuở ban đầu nữa. Chỉ nội trong ba tháng, Dung mất đi 20 ký và trở thành thon thả như Audrey Hepburn và tâm hồn lại bắt đầu rung động. Có một anh chàng thường được bác Cử gửi đến nhà nhận chỉ thị của cậu Tiến, tên anh ta là Sơn. Lúc đó đang dấy lên phong trào hoạt động chống ông Diệm trong giới sinh viên học sinh và Dung cũng không nằm trong ngoại lệ. Dung nhờ Sơn giúp ý kiến trong những sinh hoạt được "hội" giao phó, dĩ nhiên là giấu cậu Tiến nếu không muốn ăn đòn quắn đít. Liên lạc một thời gian thì Dung nhận thấy Sơn chỉ là một tay sai tầm thường nên nói với mẹ là đừng có lo, con không thích hắn đâu!

Quán Chả Cá Thăng Long của mẹ lỗ lã vì mẹ quá thương người nên nuôi ăn ở tất cả người giúp việc, mẹ phải đóng cửa quán và cho Mỹ thuê căn nhà chính làm bar Kontiki. Năm đó là năm 1965, Mỹ gửi quân sang rầm rộ nên phong trào cho thuê nhà mọc lên như nấm. Ai ai cũng cố ở chật chội lấy chỗ cho Mỹ thuê kiếm tiền. Gia đình Dung dọn sang ở một nửa nhà. Chị Minh Thu lập gia đình nên dọn ra ở riêng. Anh Ánh và vợ, chị Nga mới đầu cũng ở chung, nhưng sau vì xích mích với gia đình nên cũng dọn ra riêng. Dung và anh Lân mỗi người được một căn phòng nhỏ, trước mặt là một sân tráng cement, có một cây roi nhỏ trong sân nơi mà các bạn Dung thường yêu cầu Dung leo lên hái khi Dung mặc mini jupe!

Cứ đêm đến là Dung lại được nghe dòng nhạc du dương của bar Kontiki bên cạnh, phần nhiều là qua giọng hát của một chàng ca sĩ tên là Đăng Du, với những bản nhạc Mỹ bất hủ như "Mona Lisa," "A Very Precious Love," "Unchained Melody" ... Sau này Đăng Du chép cho Dung những bản nhạc đó và thỉnh thoảng Dung cũng sang bar hát chơi một vài bản như "Autumn Leaves," "Smoke Gets in Your Eyes" ...

Đặng Du tặng Dung rất nhiều quà trong đó có một chiếc nhẫn Alexandrite đổi màu rất quý và đẹp. Đăng Du đã cho Dung biết những rung động xác thịt, những rùng mình khoái lạc đầu tiên trong khi vẫn giữ sự trong trắng cho Dung. Khó mà quên được lần đầu cho một người khác phái được nhìn ngắm mình trong một rừng cao su rậm rạp, giữa những cây cao gió thổi xào xạc!

Cùng lúc đó Dung cũng có cảm tình với một chàng trai nho nhã khác tên Vương. Vương xuất thân từ một gia đình có tiếng.

Đây là khoảng thời gian có nhiều biến động nhất trong đời con gái của Dung. Lúc đó Dung đang theo học Văn Chương Văn Minh Anh, sau khi đã có được Văn Chương Văn Minh Mỹ và Ngôn Ngữ Học (Linguistics), để lấy được bằng Cử Nhân Giáo Khoa Anh Văn. Những người bạn thân lúc đó là Bích Hà, Thúy Minh, Minh Thông, anh Lợi, Hạ, Luyện, Trọng, Văn...

Trong một dịp tình cờ, Dung quen với mấy anh bên Dược Khoa qua chơi, trong đó có anh Phúc, Tuấn, Khoa, Hạnh... Mối tình thầm kín nảy nở giữa Dung và Phúc. Trong một đêm qua phà trên sông Sàigòn, Phúc trao cho Dung hai đóa cúc vàng nở e ấp tượng trưng cho mối tình lặng lẽ của hai đứa và hỏi Dung có chờ đợi được Phúc học thành tài rồi tính chuyện hôn nhân không... Tới nay Dung không nhớ là đã trả lời ra sao với Phúc!

Mối tình đó bị cắt ngang vì biến cố Tết Mậu Thân! Đêm hôm đó, Dung, Bích Hà và anh Lưu đi ăn tiệc đêm giao thừa, Dung còn nhớ đang nghêu ngao hát "Em Đến Thăm Anh Đêm Ba Mươi" trên xe lúc về nhà cho các bạn nghe. Khi về tới nhà là trận chiến bùng nổ từ 12 giờ khuya cho đến sáng. Nhà chỉ có anh Lân, mẹ, bà ngoại, Dung và mẹ con bà giúp việc. Cậu Tiến đi đâu từ hôm trước nên nhà tuy có xe hơi mà không ai biết lái để chạy loan. Ngã Năm Bình Hòa là nơi rút quân của tàn quân Việt Cộng nên binh sĩ Việt Cộng bắn lên trong lúc rocket của Mỹ bắn xuống, làm nát cả mái nhà của Mẹ Dung. Mẹ quá sợ nên cứ chạy đi tiểu trong khi cả nhà núp dưới gầm giường. Có một ông đang đi ngoài đường sợ quá xin vào trú ẩn, miệng lẩm bẩm: "Quân mình đánh quân ta." Lát sau ông ấy sốt ruột đòi về nhà trong lúc trận chiến vẫn tiếp diễn, Dung chỉ nghe thấy vài tiếng súng nổ gần đó, độ chừng là ông ta bị giết.

Cho đến sáng thì cả xóm Ngã Năm Bình Hòa chìm trong biển lửa. Ngọn lửa lồng lộn uốn mình như một con rồng giận giữ tiến tới sát nhà Dung thì ngưng lại, thật là may mắn nếu không thì tất cả đã thành ra tro bụi. Dung cùng bà, mẹ, anh Lân và hai người giúp việc chạy ra khỏi nhà cùng với các người hàng xóm để di tản đến một chỗ an ninh hơn. Tất cả mọi người đều phải dẫm lên xác của cán binh Việt Cộng mặc áo đen quần cụt nằm la liệt khắp con ngõ cụt trước nhà Dung. Cả nhà chạy được vài con đường thì tiếng súng đã xa, bèn xin vào tá túc và xin nước uống tại một gia đình gần đó. Dung còn nhớ anh Lân còn vác theo một bao gạo và Dung còn chạy theo xe truck của quân đội Mỹ để xin bánh mì. Dung, một cô gái gia đình trung lưu nhưng quý phái đi học phải có tài xế lái xe đến trường!

Sau đó mẹ Dung phải thuê một căn nhà ở đường Phan Thanh Giản ở tạm để chờ sửa lại căn nhà ở Ngã Năm Bình Hòa. Đây là một căn nhà có ma, trên tầng ba có một bàn thờ có bàn tay máu nên tụi bạn Dung thích lên đây quậy phá. Ban đêm luôn có tiếng cười nói xôn xao như có yến tiệc, nhưng lúc đó biến cố Tết Mậu Thân vừa xảy ra, ai nấy đều khó khăn, không thể có ai tổ chức tiệc tùng! Rồi từng đêm lại có tiếng gõ cửa, mở ra thì chẳng có ai, riết rồi nhà Dung chẳng ai ra mở cửa, hàng xóm phải kêu nhà Dung ra mở cửa. Ở được một thời gian cũng vừa lúc căn nhà Ngã Năm Bình Hòa sửa xong nên gia đình Dung dọn về ở lại.

Nhưng trong thời gian ở căn nhà Phan Thanh Giản có một biến cố xảy ra làm thay đổi cuộc đời của Dung. Dung chỉ còn một chứng chỉ Văn Chương Văn Minh Anh là lấy được Cử Nhân Giáo Khoa Anh Văn nên phải đọc Shakespeares rất nhiều. Song son là những công tác từ thiện để giúp đỡ những nạn nhân Tết Mậu Thân ở trường Phan Sào Nam. Dung rủ Minh Châu, cô chị họ đồng thời cũng là bạn thân cùng đi cho có bạn. Ở đây tụi Dung phát đồ ăn, nước uống, thuốc men, cắt móng tay cho trẻ em và nhiều dịch vụ khác. Ban điều hành có Phạm Trần Anh, Lâm Bình Chi và một số anh em sinh viên khác từ trường Quốc Gia Hành Chánh và các đại học khác đến tình nguyện. Anh Chi biết đánh đàn nên tụi Dung hay họp mặt buổi tối hát hò chơi. Trường gần nhà nên mẹ không phản đối. Bên kia đường là quán Gió của Nam Lộc, Dung cũng hay sang hát những bài của Trịnh Công Sơn, Phạm Duy, Trường Sa.

Một hôm Phạm Trần Anh mời Dung và Minh Châu sang trường Quốc Gia Hành Chánh để dự một buổi ca nhạc bỏ túi. Ý định của Trần Anh là muốn mọi người chú ý đến Dung, sự tươi trẻ và giọng hát của Dung hơn là một số nhân vật khác. Lúc bấy giờ Dung gần được hai mươi hai cái xuân xanh, dáng người cao, chân dài, có cặp đùi nổi tiếng trường Văn Khoa (nhiều anh vào giảng đường đã ngã chỏng gọng vì mải nhìn), khuôn mặt xinh xắn và mái tóc thề xõa ngang vai. Trong lớp dự bị ai cũng biết là thầy Tú dạy dự bị Anh Văn thích cô học trò dễ thương và thầy trò thường nhìn nhau quên cả giảng dạy.

Trần Anh xếp Dung ngồi cùng bàn, bên cạnh một chàng nhạc sĩ trẻ đang lên thời bấy giờ, bên kia Dung là Minh Châu. Chàng này có mái tóc bờm sờm, da sạm đen nên Minh Châu gọi là "mặt sắt đen sì," có vẻ ít nói. Vào thời điểm này, ngoài mối tình thầm lặng với Phúc, Dung còn một ông bác sĩ tên Cương và một chàng luật gia tên Văn theo đuổi. Mẹ Dung có vẻ bằng lòng Văn nhất vì hai gia đình biết nhau, nhưng Dung cũng chưa thấy Văn ngỏ ý rõ rệt như Cương, và Dung cũng đang thích Phúc và dự định chọn Phúc.

Khi ăn xong, chàng nhạc sĩ nọ bèn tặng Dung tập nhạc do chính anh sáng tác và hỏi Dung thích bài nào. Dung chọn đại một bản vì cũng chưa nghe nhạc của anh chàng này bao giờ, và chàng ta hát. Giọng trầm ấm của anh vang lên như khêu gợi một niềm đau hoài cổ tự một kiếp xa xôi làm lòng Dung chùng xuống và Dung len lén nhìn chàng. Đôi mày rậm trên cặp mắt sâu thẳm, mũi to cao và cặp môi dày, tướng mạo anh chàng không giống ai trong số người theo đuổi Dung. Ăn xong Dung và anh chàng trao đổi dăm ba câu chuyện, Dung biết được tên chàng là Thế Phong và hẹn sẽ gặp lại Dung một ngày gần đây. Dung cho chàng địa chỉ mặc dù sự ngăn cản nhẹ nhàng của Minh Châu và thấy như mình bị cuốn hút vào một luồng gió lạ và đầy nguy hiểm.

Thế Phong không lấy được tình cảm của mẹ Dung, điều này thật dễ hiểu vì người mẹ nào cũng mong con mình lấy được một tấm chồng có tương lai có chức vị xã hội, không phải một chàng nghệ sĩ lang thang lăn lộn từ đại học này sang đại học khác. Dung còn nhớ mẹ quẳng luôn máy cassette do Phong đang hát xuống đất, máy hư nên rên ư ử nghe rất ghê rợn.

Cuộc tình như một cơn xoáy lốc cuốn hai đứa vào vực thẳm đam mê. Dung quên hết thực tại và chỉ sống cho Phong bằng cả con người mình. Nhưng Dung cũng biết, hai gia đình đều phản đối tình yêu vô vọng này và Dung phải xa Phong.

Trong một cố gắng cuối cùng, Dung nhận lời đi chơi với bác sĩ Cương tại hộp đêm Đêm Mầu Hồng, nơi mà Dung cùng Phong từng lai vãng. Khi nhắp miếng nước cam xong, Dung thấy Phong bước vào hộp đêm với một người bạn, và ly nước cam trên tay Dung rớt xuống đất bể tan tành. Phong cũng nhìn thấy Dung đi với một người đàn ông khác và chàng khựng lại, đôi mắt buồn thăm thẳm như trách móc nhìn Dung đăm đăm. Dung quơ lấy ví chạy ra ngoài và Cương ngơ ngác chạy theo.

Sau đêm đó Dung và Phong biết rằng mình không thể xa nhau được nữa. Phong phải đi theo một phái đoàn ra Nha Trang và Dung nhận lời làm việc cho Liên Minh Á Châu Chống Cộng của bác sĩ Phan Huy Quát. Nhiệm vụ của Dung và 19 cô gái trẻ khác là tiếp đón phái đoàn từ ngoại quốc sang. Có hai anh theo sát để hướng dẫn tụi Dung là anh Phạm Quốc Cường và anh Đỗ Đình Chinh. Hàng ngày làm việc chung nên các cô rất vui và đêm xuống thì họp tại bar rượu để đàn ca hát xướng. Đêm đặc biệt đó Dung đã hát tặng các bạn bài "Mưa Ngày Hôm Ấy" do Thế Phong sáng tác và cũng là bài Dung thích nhất mặc dù không phải làm cho Dung. Về sau, Phong làm cho Dung nhiều bản tình ca khác, trong đó có bản "Tạ Ơn", phổ thơ Du Lãng mà Dung vẫn hát đôi với Phong. Nét nhạc về sau này của Phong có nét quần quại đau đớn chứ không nhẹ nhàng như trước, có lẽ vì Phong nhận thấy, với tính tình con trẻ của Dung, sớm muộn gì cũng đi đến chỗ đổ vỡ, chia tay. Bài ca "Ngọn Nến" là bài ca diễn tả cuộc tình đã đi đến chỗ tuyệt vọng không mong gì cứu chữa.

Trở lại đêm ca nhạc ở câu lạc bộ Liên Minh Á Châu Chống Cộng, nhạc sĩ Nghiêm Phú Phi là người đã đệm đàn cho Dung. Tiếng đệm điêu luyện của người nhạc sĩ tài hoa đã làm Dung có hứng khởi hát bài này hay hơn hẳn mọi khi. Dung biết Hoàng Duy, một người bạn nghệ sĩ có tài và tâm hồn rất thích giọng hát của Dung. Khi Thế Phong từ Nha Trang về, anh cho Dung biết đã đọc trên báo một truyện ngắn của Hoàng Duy, trong đó có nhắc tới một mái tóc dài liêu trai và một giọng hát Juliette Greco, trong bài hát "Mưa Ngày Hôm Ấy." Đương nhiên là Phong biết họ viết về người yêu mình nên vội vã về để hỏi ra ngô ra khoai. Về sau Hoàng Duy cũng trở thành bạn thân của gia đình và Phong cũng phổ nhạc một bài thơ của Hoàng Duy "Nơi Trầm Lặng."

Sau khi vượt qua bao sóng gió, Dung và Phong cũng làm được một đám cưới với sự có mặt của mẹ Dung nhưng không có bên gia đình Phong. Đám cưới với sự có mặt của ban hợp ca Trùng Dương, và các bạn bè thân của Dung và Phong diễn ra tại một hội quán nhỏ và có rất nhiều tiếng hát điêu luyện, kể cả đôi song ca Dung và Phong. Một điềm gở là cả bộ phim về cuộc rước dâu và đám cưới, lúc trao đổi lời thề hứa và trao nhẫn đều bị trắng xóa và tiêu hủy hoàn toàn, không rõ lý do tại sao!

Lấy Phong rồi, một năm sau Dung sinh cháu bé gái xinh xắn lấy tên là Tú Uyên. Hai vợ chồng rất hạnh phúc và thương yêu nhau.

Một hôm đến phòng trà của cô ca sĩ Tuyết Mai, cô ấy lôi Dung và Phong lên bắt hát song ca. Cô ấy bảo rằng ông bà to cao thế này mà hai giọng hát lại êm ái dịu dàng thì sẽ chết thiên hạ, hơn nữa to con thì khán giả sợ phải vỗ tay thôi!

Quả nhiên khán giả thích đôi song ca này thật và sau đó trở thành một trong những đôi song ca ăn khách nhất của giới trẻ thời ấy, nhất là trong giới sinh viên, học sinh. Vợ chồng Dung cũng đi hát tại các hội quán, các phòng trà như Ritz, Hoàng Thi Thơ để kiếm thêm lợi tức. Vì Phong và Dung bản chất hiền hậu và không có kinh nghiệm vào đời nên dễ bị bọn bán buôn nghệ thuật chèn ép và trả rẻ không xứng đáng với tiếng tăm của mình. Về sau này cũng sự ngây thơ cả tin người của hai vợ chồng dẫn đến thảm kịch đau thương trong gia đình!...

NGÀY 30 THÁNG TƯ NĂM 1975 - MẤT NƯỚC

Lúc đó Dung có một cái nhìn trước diễn biến của tình hình nên cố làm quen thật nhiều với các giới ngoại giao, nhất là giới ngoại giao Hoa-kỳ. Nhờ có tiếng tăm trong xã hội và bạn bè lập gia đình với người ngoại quốc nhiều nên việc đó khá dễ dàng. Các bạn trêu ghẹo Dung, tưởng mày chê tụi tao là me Tây, me Mỹ, mày cũng chỉ là me Chàm thôi!

Tình hình chiến sự rất sôi động bên ngoài, làm việc bán thời gian (part time) cho Vietnam Press lúc đó, ngày nào Dung cũng dịch nào là triệt hạ được bao nhiêu quân địch, tịch thu được bao nhiêu súng ống! Chẳng biết sự thực ra sao. Chỉ thấy những cảnh trái tai gai mắt như ông tướng Vùng Hai Chiến Thuật cho đón bằng trực thăng các nghệ sĩ đến trình diễn cho vợ lẻ ông ta, tiệc tùng linh đình và bà ta thay đến 6 chiếc áo khác nhau, trong khi ngoài kia bom đạn vẫn nổ rền và vẫn có những binh sĩ đang hy sinh xương máu để bảo vệ cho sự an nguy của giới chức ăn trên ngồi trốc! Dung cũng được biết qua nhiều nguồn tin đáng tin cậy về hệ thống buôn lậu của một số tướng tá cấp cao, và thực sự cảm phục sự trong sạch của tướng Ngô Quang Trưởng và một số tướng lãnh khác, đã duy trì cho Dung một lòng tin hiếm hoi về đạo đức của con người!

Tuy đã nhìn trước tình hình và chuẩn bị như thế, nhưng Dung vẫn không tránh được định mệnh an bài. Ngày đất nước rơi vào tay Cộng Sản, Dung và gia đình chờ đợi trên tầng chót của Đài Phát Thanh cùng với nhiều người khác để chờ trực thăng đến rước, nhưng Mỹ đã bỏ rơi cả bọn. Các bạn trong sứ quán đã phải ra đi từ sớm và Dung không thuyết phục được Phong đến ở nhà họ để chờ ra đi. Sau này Dung hối hận đã không quả quyết hơn nhưng đã quá muộn màng!

Ngày 30 tháng Tư năm 1975 Dung và Phong và cháu bé đến ở tạm nhà anh chị Trần Như Tráng trên đường Phan Thanh Giản để tránh pháo kích. Anh chị Tráng có hai đứa con trai cỡ tuổi cháu Tú Uyên nên cũng đỡ sợ hãi cô đơn. Lúc pháo kích rì rầm ở ngoài cả nhà cố nhồi nhét vào chiếc hầm làm bằng bao gạo mà không đủ chỗ, nhét sao vẫn thấy mông của cháu Tú Uyên thò ra!

Lúc pháo kích hết, cả nhà đứng bên cửa sổ nhìn ra đường để xem sự diễn tiến của tình hình. Lúc đầu còn thưa thớt, về sau càng ngày càng đông đảo, các anh em binh sĩ Việt Nam Cộng Hòa đi rời rạc trên đường phố, mặt cúi gằm đau khổ, nét sợ hãi hoang mang hằn trên khuôn mặt phong trần rạm nắng. Họ tự tay cởi bỏ dần những bộ quân phục mặc trên người, mắt hớt hải tìm những ngôi nhà mở cửa hay cửa sổ để vào xin quần áo thường dân mặc đỡ hầu mong tránh được tai họa sắp giáng xuống đầu họ, tai họa mà họ cũng không biết sẽ như thế nào và dưới hình thức gì!

Khoảng một tiếng đồng hồ sau, khi những binh sĩ cuối cùng đã đi xa, cả nhà Dung thấy xe tăng của Việt Cộng tiến vào thành phố. Đường Phan Thanh Giản là cửa ngõ vào thành phố nên nhà Dung mục kích đầy đủ. Trên xe tăng là những bộ mặt ngơ ngáo của binh sĩ Việt Cộng, cũng hoang mang không kém những người đã thua trận họ! Xe tăng tiến về Dinh Độc Lập và đoàn quân chiến thắng cũng khuất dạng sau một tiếng đồng hồ.

MẸ RA ĐI -
CẬU TIẾN BỊ BẮT VÀO CHỐN LAO TÙ CỘNG SẢN

Sau đó tụi Dung bán căn nhà ở Cầu Bông về ở với mẹ. Mẹ Dung lúc đó bị ung thư nặng ở bắp thịt trên cánh tay nên phải cưa tay để tránh ung thư không lan truyền. Mẹ của Phong cũng bị ung thư tử cung nên mặc dù trước kia bà không chấp thuận Dung nhưng bây giờ hai cụ dắt nhau cùng vào bệnh viện ung thư ở Gia Định, sau này là quận Bình Thạnh. Đó là vì các cụ cùng thương yêu bé Tú Uyên, lúc đó được năm tuổi và rất kháu khỉnh. Mẹ Dung tính rất hay thương người, bà mang một chàng thanh niên vì ung thư đã phải cưa cụt hai chân đi về nuôi. Nhưng phút chót của đời anh ta chấm dứt trong sự đau đớn tột cùng tại nhà Dung. Lầu ba của Viện Ung Thư đã phải rào lại lý do là có nhiều người leo lên nhảy xuống vì đau đớn quá!

Tình trạng bệnh của mẹ Dung ngày một nặng. Dù đã phải chích đến Codein cho bà, nhưng những cơn đau dai dẳng và ghê gớm làm cho bà quằn quại phải bò lê dưới đất. Dung chẳng làm được cách nào khác là bò lê theo mẹ. Lúc đó Phong ở sát cạnh bà và cũng tận tình chăm sóc cho bà.

Tới khi căn bệnh quái ác ăn vào tủy sống thì mẹ Dung qua đời, không chờ được anh Ánh vì lúc đó anh đang đi học tập cải tạo với tội thật thà khai báo mình làm việc cho Quốc Dân Đảng. Sau khi mẹ mất thì bà ngoại Dung, lúc đó 97 tuổi cũng mất theo vì mất đi người con gái yêu thương duy nhất. Mẹ Dung khi chết linh hồn cô đơn vì bà tâm sự rằng bà không tin vào tôn giáo nào. Bà lý luận rằng một người hoàn toàn hiền đức như bà lẽ nào lại phải chịu đựng cực hình ghê gớm như vậy!

Dung thay quần áo trắng cho mẹ, sửa soạn tẩm liệm cho bà. Đám tang không có sự đọc kinh gõ mõ mà cũng không có cha làm Lễ Cầu Hồn. Đúng theo lời trăn trối của mẹ, chỉ để nhạc Mozart và Beethoven cho mẹ thưởng thức, lúc quan tài được mang ra có một con bướm trắng bay quanh quan tài, có lẽ là linh hồn của mẹ chăng?

Hai tháng sau, cậu Như Phong Lê Văn Tiến bị bắt tại nhà. Là "chuyên viên Cộng Sản Bắc Việt" dưới bút hiệu Cô Thần, lẽ nào "ông Ba Tốc" lại ngây thơ đến độ để Cộng Sản bắt một cách ngon lành như thế?

Ông nghĩ rằng ông có thể qua mắt được họ dưới hình thức xuề xòa của ông hay sao? Hay ông chấp nhận số phận vì không có đường thoát? Chính tay ông đã gửi nhiều người đi ngoại quốc, trong đó có Kiên con anh Ánh! Sau này khi sang được Hoa-kỳ, ông lại kiếm đường về Việt Nam, dù bị cấm trở về. Tôi nhớ mãi câu phàn nàn của Alexander Solzhenitsyn khi được sang Mỹ ở, là đời sống ở đây quá tẻ nhạt!

CUỘC SỐNG TẠI VIỆT NAM SAU NĂM 1975

(Đoạn viết về cậu Tiến bị bắt xin xem bài "Cậu tôi" của Từ Dung.)

Sau đó, Dung, Phong và cháu Tú Uyên bắt đầu một cuộc sống cơ cực, xếp hàng cả ngày để chờ mua một ít bo bo, thứ dành cho ngựa ăn, hoặc chút bột nướng bánh mì, làm bánh canh, còn gạo thì phải mua giá chợ đen, có được ít gạo thì nhường cho con bé ăn, hai vợ chồng ăn bo bo ngâm cả ngày trời mà vẫn còn cứng ngắc, ăn không đau bao tử mới là lạ!

Một hôm Phong đang hăng hái ném bột vào tường để làm bánh mì trông rất nghề và Dung đang vò bột để làm bánh canh thì có một ông bạn cũng đến thấy cặp vợ chồng có tiếng này sống khổ cực quá mới cho đi ăn tô phở. Phong cũng như Dung chưa bao giờ được ăn tô phở ngon lành và đầy tình người như thế!

Sau vụ bắt bớ cậu Tiến, có chiến dịch bắt bớ các văn nghệ sĩ, Dung sợ Phong cũng bị bắt nên phải đăng ký đi dạy học tại Dĩ An. Trước đây khi đang ca hát có tiếng tại đài truyền hình và các phòng trà, Dung chán nản đời sống đó và cũng biết trước rằng kiếp cầm ca tại Việt Nam là một nghề bạc bẽo, lại bị tụi lái buôn văn nghệ ép giá trả rẻ mạt. Lúc đó tụi Dung hát cho phòng trà Ritz, Lê Lai và hội quán Cây Tre của Khánh Ly. Phong quá hiền lành nhu nhược nên không thể đương đầu với những cạm bẫy của cuộc đời, còn Dung cũng chỉ loanh quanh trong môi trường giảng đường đại học nên không có kinh nghiệm thực tiễn, cả hai rất dễ bị lợi dụng và thao túng bởi những tay lừa lọc lõi đời.

Vì chán nghề ca hát và không thích hợp với môi trường luông tuồng của giới mệnh danh là nghệ sĩ lúc đó nên năm 1974, Dung trở lại Đại Học Sư Phạm lấy thêm bằng Sư Phạm Cấp Tốc Anh Văn dành cho sinh viên đã có Cử Nhân Anh Văn tại Đại Học Văn Khoa. Vì có sự quen biết nên sau khi tốt nghiệp là Dung sẽ có học bổng sang Mỹ lấy bằng Cao Học (Cao Học) hay cao hơn nữa về Ngôn Ngữ Học (Linguistics) để về Việt Nam dạy Đại Học. Mộng ước tan tành sau 1975 nên Dung đành đi dạy học tại trường cấp ba phổ thông tại Dĩ An. Mỗi sáng Phong dậy sớm từ 5 giờ sáng đưa Dung ra đón xe đò hoặc xe lửa để đi Dĩ An, thường xuyên là bị cướp giỏ quần áo hay các thứ khác, bọn cướp đợi hai xe lửa đối diện nhau, chạy sang giật giỏ đồ rồi chạy trở lại xe lửa đối diện, lúc xe lửa chạy chúng còn vẫy tay chào chọc ghẹo nạn nhân!

Dung thường được các bà bán gạo nhờ ngồi lên bao gạo của họ để qua mắt nhân viên kiểm soát. Lúc ra về các thầy cô phải vén áo chạy theo xe lửa vì trường tan trễ, trùng giờ xe lửa đến! Học sinh chạy theo thầy cô, la to "Cố lên, cố lên." Thường xuyên không có đủ thì giờ mua vé nên thầy cô bị phạt là thường, đã không tiền còn mắc eo. Dạy được ba tháng vẫn không thấy mặt đồng lương đâu, đùng một cái được trả lương ba tháng thì hôm sau đổi tiền, chỉ được 200 đồng cũ mỗi đầu người! Ngày đó những người nghèo trong xóm có giá vì được các nhà giàu đến mua chuộc, năn nỉ đổi dùm tiền ăn lời!

Dung còn nhớ một lần dạy xong, quá mệt, lên xe đò ngủ thiếp đi. Nghe đến rầm một cái, mở mắt thấy một ông đầy máu me trên mặt, mắt không thấy đường quờ quạng chung quanh. Xe đò leo lên cái gờ ở giữa đường, tài xế bị thương nặng. Dung sợ quá chạy xuống khỏi xe ngoắc đại một chiếc xe đi quá giang về Sài gòn, về tới nhà thấy Phong chạy ra ôm lấy khóc mới biết mình cũng bị thương ở tay, đang chảy máu!

Mỗi lần xuống xe lửa, Dung lại nhìn ly nước mía và tô hủ tíu tại quán nhà ga một cách thèm thuồng, không dám tiêu tiền còn phải để dành mang hết về nhà cho chồng con đang thiếu thốn ở nhà. Dung thấy lúc đó chạy xe Lambretta chở khách kiếm được tiền nên hỏi mua một chiếc Lambretta của bà cho Dung ở trọ gần trường nhưng Phong nhất định không chịu chạy xe, cho rằng có vẻ hạ cấp không xứng hợp với danh tiếng của chàng, Dung đành trả lại xe cho bà chủ trọ.

Tới mùa hè, tụi Dung phải đi học tập và lao động tại Bình Dương hoặc Dầu Tiếng, đi phát cỏ, làm ruộng, trồng khoai, Dung chỉ sản xuất được 7 ký gạo, hạng bét, còn khoai thì các thầy kêu rầm rĩ "Ra mà xem khoai của Từ Dung nè!" Thậm chí có lần Phong, lúc ấy thất nghiệp ngồi nhà gảy đàn, phải xuống Dĩ An để trồng khoai lang giúp Dung, các thầy trố mắt ra xem chàng nhạc sĩ tài danh!

Những lần tụi Dung đi lao động Bình Dương về, trễ không còn xe đò, các bạn cử Dung ra vẫy xe quá giang, vì con nhỏ trắng trẻo trông hấp dẫn. Có một lần gặp thằng say rượu nó cán chết một con chó để dọa mấy cô giáo sư và dọa bắt cóc các cô, các cô khóc om sòm, Dung phải rất bình tĩnh thuyết phục hắn chở cả bọn về Sài gòn!

   Từ Dung

Sau lần cô bạn Dung mang thai to sắp đẻ mà vẫn phải đi lao động nên ngất xỉu, tụi Dung đã chán nản cùng cực. Tiếp đó một cô bạn khác đạp phải mìn tại Dầu Tiếng chết tươi, cả bọn Dung xin nghỉ dạy tại Dĩ An, không cần biết ngày mai ra sao và có phải đi kinh tế mới hay không!

Với ba chiếc bàn đóng gỗ mộc sơ sài, Dung và Phong dựng nên quán cà phê đầu tiên chung với chị Thu Hà. Quán chỉ có lỏng chỏng vài bàn ghế đóng lấy, ít chén tách, ít phin cà phê cũ, nhưng bạn bè kéo đến nườm nượp, ngồi cả xuống đất. Lúc sau phát tài mở quán Từ Dung, có đàn dương cầm, nhưng đó là chuyện sau.

Phong và Dung hoạt động trong Hội Quán Nghệ Sĩ, làm việc cùng với Vũ Hạnh và Phạm Trọng Cầu. Lúc Dung khen ngợi bản nhạc "Em Ra Đi Mùa Thu" của ông, ông có ý phủ nhận bài nhạc đó, làm Dung thất vọng, vì theo Dung đó là bài hay nhất của ông.

Phong được giữ chức nhạc trưởng cho chương trình nhạc cho ban hát và kịch nói Vàm Cỏ Đông, bầu của gánh là một nhân vật tên Thương, người mập mạp, bụng phệ và có nhiều tiền của, nên các cô ca sĩ cũng khoái cặp với anh ta, mặc dù anh ta có vợ và một bầy con. Có một cô ca sĩ tên Xuân Xanh bị tay Thương cho rơi để theo một bà đại gia đã đau khổ khóc nức nở, mặc dù chồng cô ta đẹp trai và đàng hoàng, thật không hiểu nổi. Một ngày kia khi đang tập dượt, vai nữ chính là Tú Trinh trong vở kịch "Miền Đất Phi Thường" của Vũ Hạnh báo tin là bị ốm nên không theo đoàn đi về miền Tây trình diễn được. Dung bèn lên đóng thử và được mọi người kịch liệt hoan nghênh. Đó là vai trò một cô đầm bị kẹt lại Việt Nam khi Mặt Trận Giải Phóng đến và chồng cô bị một sĩ quan Mỹ bắn chết và sau đó cô được cho về Pháp. Ai cũng công nhận đoạn kịch đó là Dung xuất sắc nhất, khi reo lên "Tôi được về Pháp rồi!" Trong lúc đó gia đình Dung trước kia là quốc tịch Pháp nên đang cố gắng xin hồi tịch và Dung và Phong không có hôn thú nên phải làm hôn thú giả. Về sau hôn thú giả lại có hiệu lực nên lúc ly dị phải xin bỏ hôn thú!

Khi theo đoàn Vàm Cỏ Đông, những xuất diễn tại Nha Trang và Đà Lạt rất thành công và nhiều người hâm mộ đi theo các nghệ sĩ sau xuất diễn để mời ăn tiệc. Dung được thành công với vai trò của mình và được bác Cử trưởng đoàn cũng như Vũ Hạnh khen ngợi. Tuy nhiên khi đến miền Tây thì tầng lớp khán giả lại là dân thích cải lương nên họ hỏi tại sao gánh cải lương này không biết hát cải lương mà nói không thôi! Gánh hát có khi ế ẩm tới độ nghệ sĩ, chủ đoàn nhìn nhau ngao ngán. Dung ra một câu đối "Vàm Cỏ Đông mà khách không đông, thà nhảy quách xuống sông Vàm Cỏ." Duy Khánh lúc đó đi theo đoàn cố gắng tìm câu đối mà sau cũng chịu thua!

Trong đoàn lúc đó có hai bạn thân của Dung cùng theo là Quỳnh Lỏi và Thế Dung. Hai người này cũng rất tếu nên trêu ghẹo nhau suốt ngày. Dung cũng làm thêm một câu đối là "Quỳnh lỏi Quỳnh loi, thoi một loi Quỳnh tỏi," cũng chưa ai đối lại được.

Có một vài chuyện tức cười xảy ra trong khi trình diễn. Như chuyện Thế Dung đóng vai cô cán bộ Việt Cộng cầm súng kêu giơ tay lên, nhưng lại giơ súng ngược chĩa vào người mình, chuyện Dung cúi gục khóc trên xác Tâm Phan, chợt thấy bộ ria Tâm Phan rung rung "Gãi dùm chút coi, con kiến bò vô ngứa quá" làm Dung thay vì khóc lại không nhịn được cười!

Lần khác sân khấu dã chiến ngoài trời, Dung đành

phải ngồi xổm sau sân khấu đi tiểu vì mót quá. Lúc Dung đứng lên vội vã nê áo đầm quệt vào bãi nước đái. Lúc đó nhảy đầm với Tâm Phan, anh ta hỏi "Có mùi gì khai quá vậy?"

Một lần gặp Chế Linh, anh ta nói "Qua không ngờ em diễn xuất hay quá ta!" rồi mượn hộp phấn của Dung dùng. Khi trả lại đã vơi đi nửa hộp vì anh ta đen quá!

Song song với những sinh hoạt kiếm sống, Dung và Phong cũng cố gắng liên hệ với nhiều tổ chức để kiếm đường vượt biên, thường xuyên đến độ mỗi lần kêu cháy Uyên đi ngủ sớm, nó hỏi "Mai vượt biên nữa hở mẹ?" Một lần Dung cải trang dân quê ngồi trên đò qua phà Thủ Thiêm, đằng sau là một lô súng ống đạn dược được đắp lên bởi những tấm bạt, Phong thì mặc áo bảnh bao đang xuống đò. Đột nhiên một nhóm công an ập đến nối đuôi xuống đò khám xét. Dung không có một mảnh giấy lận lưng nên nói với cháu Uyên đi kiếm cho mẹ một giấy chứng minh gấp. Trong khoảnh khắc con bé quay lại với một tờ chứng minh nhân dân không biết nó lấy ở đâu, Dung vô cùng cảm ơn con bé và gấp gáp học tên tuổi trong giấy đó và cuối cùng cũng lọt qua vòng khám xét của công an cùng với số súng đạn sau lưng!

Trong những ngày tháng đó, gia đình Dung kiếm cách vượt biên rất nhiều lần, mỗi lần thua cuộc về lại cho cháu Uyên chạy vào nhà trước thám thính tình hình xem nhà có bị siết chưa, nếu không có gì nguy hiểm thì Dung và Phong mới dám vào. Tụi Dung đã tuyệt vọng vì mất hết tiền bạc của cải mà vẫn không đi được. Các chuyến đi được tổ chức ở ngay bến Bạch Đằng, Vũng Tầu, các tỉnh miền Tây.

Chuyến đi kinh hoàng nhất là chuyến được tổ chức tại Bãi Sau, Vũng Tàu. Phong và anh Cẩm là người thâu tiền của những người muốn đi và Dung có nhiệm vụ mang vàng ra bãi giao cho bà tổ chức tại một quán hàng ăn ở Bãi Sau. Tiền trao rồi mà ngày đi cứ hẹn lần hẹn lữa mãi nên các người chồng vàng chỉ biết đến ăn vạ với Phong và anh Cẩm! Thấy hai người quá sợ hãi nên Dung bảo cả hai cứ trốn đi, để Dung đối đầu cho!

Dung bảo đảm người đó là họ phải chờ ngày đi, tiền đã giao chủ bãi rồi, có giỏi thì cứ báo công an, cùng lắm thì đi tù cả đám. Thế là họ rút lui và chờ đợi!

Khi Dung đi cùng với cháu Uyên và con anh Cẩm đến quán Thùy Vân thì đã có khoảng một trăm người ngồi ngậm hột thị trong một căn phòng khá nhỏ, một bà đã lớn tuổi ngồi coi bói cho Dung, bà ta cho biết mang theo một số vàng khá lớn. Chuyến đi này theo người chủ bãi cho biết thì sẽ đi bằng một chiếc tàu bốn bloc và sẽ được đưa ra bằng ba chiếc "taxi" tức là ghe nhỏ. Chuyện không ngờ được taxi không đến nên bà con phải lội bộ ra chiếc tàu, vì quá lớn nên bỏ neo rất xa, không biết bơi thì không ra được. Bọn dân địa phương đi hôi đã lợi dụng cơ hội này tàn sát và cướp của những người vượt biên và cướp tàu đi mất. Trong số những người chết có bà coi bói cho Dung, lúc chết mắt mở thao láo, tay ôm chiếc túi áo đựng vàng mà bà đã mang theo!

Còn số phận gia đình Dung ra sao? Trong cái rủi có cái may, cuộc đời luôn luôn như vậy, nên khi Dung gặp may cũng chẳng vội mừng mà buồn cũng chẳng vội lo. Phong đến bãi sau khoảng buổi chiều, mang theo va li quần áo đàng hoàng. Vào trong thì đám "khách hàng" phát giác ra nên kêu la bên ngoài đòi gọi công an giải

Từ Dung

quyết. Dung năn nỉ chủ bãi cho số người này đi chuyến này nhưng chủ bãi không chịu nói phải đợi chuyến sau. Không muốn gây họa cho một trăm người đang chờ đợi nên Dung và Phong cùng hai đứa nhỏ bỏ bãi sau về Sài gòn trên một chiếc xe chở than, vì lúc đó đã hết xe đò. Trên đường đi bị chặn lại xét, Dung phải trổ tài nói xạo ra với tụi công an để họ không bắt Phong!

Sáng hôm sau, khi tụi Dung đang ngồi ăn sáng thì anh Cẩm đến ôm con anh khóc ròng. Anh nghe tin có rất nhiều người nằm chết trên bãi sau nên phóng đến tìm xác Phong, Dung và hai đứa nhỏ mà không thấy. Anh không thể ngờ giờ phút đó tụi Dung ngồi an toàn cười nói ở Sài gòn!

QUÁN TỪ DUNG

Khi quán Từ Dung mở ra, tụi Dung hùn với chủ nhà, anh chị Tâm và một cặp vợ chồng bạn, đúng hơn là đàn em của Phong. Quán nhỏ xinh nhưng trang hoàng trang nhã, với bảng hiệu "Từ Dung" treo trên cổng. Dung mua một chiếc đàn dương cầm Yamaha màu đen bóng, chiếc đàn này từ Nguyễn Ánh Chín, Trần Trịnh, Nguyễn Kim Jazz, Phạm Ngọc Cung đều đến chơi và rất thích và rất thích tiếng đàn này. Ngọc Cung tục gọi là Cung Tử chơi cho Dung mỗi đêm. Anh chàng nhạc sĩ tài ba này bài nhạc gì, từ nhạc sang trọng đến nhạc sến, anh ta đều biết. Triệu được anh ta về quán là cả một kỳ công. Mỗi đêm để mở đầu chương trình nhạc, tự tay Dung phải mồi một điếu thuốc ba số năm, rót một ly rượu vang đỏ mang lại để ở piano. Cung Tử mới chịu trổ tiếng đàn! Trong lúc đó, mỗi chiếc bàn khách Dung và Phong đến viếng đều mời rượu hoặc thuốc lá, sợ tốn hao nên chủ nhà cử một anh hầu bàn đặc biệt chỉ đi theo Dung, tay vác ly cà phê hoặc cốc rượu. Quán vô cùng thành công, phần lớn khách từ bên chợ trời Tân Định. Ngày Noel khách đông đến độ phải ngồi trên quầy vì không còn chỗ ngồi, tiền được dồn vào một cái bao vì không còn chỗ chứa! Tụi Dung có lót tay cho công an khu vực nên tha hồ chơi nhạc vàng, nhưng thỉnh thoảng cũng bị thăm viếng bất chợt. Có người canh ngoài cửa nên có động tĩnh gì, ban nhạc chuyển bài "Như Cuộc Tình Buồn" sang bản "Như Có Bác Hồ Trong Ngày Vui Đại Thắng" trong khoảnh khắc. Có lần Dung đang hát nhạc Mỹ thì công an đến dí súng hỏi hát nhạc gì, Dung nói nhạc Liên Sô mà hắn cũng tin ngay!

Quán Từ Dung này có rất nhiều ca sĩ chuyên nghiệp và amateur lại chơi cho Dung mỗi đêm. Mới đầu chỉ có một cây piano do Cung đánh, về sau có thêm violon, bass do các anh bạn ghiền quán mang lại chơi mà không đòi thù lao gì hết. Cũng có các anh em lại uống miễn phí hoặc ghi sổ nhưng sau anh chị chủ nhà phản đối vì Dung và Phong quá mến bạn bè.

Còn căn nhà mẹ Dung ở Ngã Năm Bình Hòa là nơi Dung cho các người trốn tránh công an đến ở nhờ rất nhiều. Tính thương người này của Dung đã mang họa cho cuộc tình của Dung và Phong, nhưng cũng đồng thời giúp đỡ cho cuộc đời long đong sau này của Dung vì luôn luôn có quý nhân phù trợ. Trong số những chàng trai trẻ lui tới nhà Dung có một anh chàng tên là Quán, tuy còn trẻ nhưng đã có vợ tên là Liên. Quán từ lúc còn chơi đánh đáo đã thấy Dung đi qua nhà Quán ở gần đấy và mơ tưởng về hình bóng của người con gái đang thời xuân sắc ấy. Cũng có mấy chàng trai khác trong xóm mơ tưởng về Dung như anh chàng bác sĩ cách Dung mấy căn nhà dù có vợ rồi vẫn còn ôm mộng.

Quán len lỏi vào gia đình Dung với mục đích là chia rẽ vợ chồng Dung, nhưng cả Dung và Phong lúc ấy đều là những con nai tơ ngơ ngác, hai đứa từ môi trường sinh viên bị ném vào đời dưới chế độ khắc nghiệt của Cộng Sản nên rất dễ sụp bẫy của những kẻ ác tâm giăng bẫy khắp mọi ngả đường, nhất là bầy đó do một cậu trai trẻ trắng trẻo mặt mũi khôi ngô.

Quán nhận thấy có sự rạn nứt trong tình cảm của hai vợ chồng Dung từ sau khi trở lại sau khi đi theo ban hát Vàm Cỏ Đông và mở quán Từ Dung. Quán xin được hùn với Phong và Dung mở quán Từ Dung, vợ Quán mở quầy bán thuốc lá và cháu Uyên giữ nhiệm vụ giữ xe ở ngoài. Quán Từ Dung thu nhập khách thập phương đến mọi đêm nên việc làm ăn thật khấm khá. Quán cũng hay đến nhà Dung mỗi ngày, gần như ở luôn đấy và bỏ vợ ở nhà một mình.

Cùng lúc đó, Dung và Phong còn nảy nở một mối thâm tình với mấy cặp vợ chồng bạn, trong số đó có Văn Phong Châu Hằng, và nhất là chị Thu Hà, sau này trở thành nhà văn nhà báo khi sang đến Hoa-kỳ. Thời gian đó là năm 1978, năm 1979, lúc tất cả mọi gia đình đều đói khổ. Dung và chị Thu Hà cùng với một cặp vợ chồng khác chia nhau từng miếng thịt, củ khoai. Anh Phú chồng chị Thu Hà là một người ích kỷ, chỉ sống cho mình nên chị Hà thầm lặng buồn một mình và hay tâm sự với vợ chồng Dung. Sở dĩ Dung nói dài dòng về chuyện này là vì những sự việc diễn tiến ra sẽ dẫn đến sự rạn nứt giữa Phong và Dung. Cặp vợ chồng chơi thân với chị Hà là hàng xóm của chị, tên là Hùng và Như. Hằng ngày chỉ có Hùng sang chơi với chị Hà vào buổi tối, thường thì gặp Phong và Dung và ngồi đàn hát cho đến khuya. Hùng có một giọng hát rất trầm ấm và thường hát nhạc ngoại quốc, khác với Phong chỉ hát nhạc Việt và nhạc anh sáng tác. Dung làm một bài thơ tên là "Bàn Tay Định Mệnh" để tặng Hùng, lúc đó ai cũng tưởng là Phong làm vì không ai nghĩ là Dung sâu sắc, ai cũng nghĩ là Dung trẻ con và nhí nhảnh chỉ biết ăn diện!

Một thời gian Dung cảm nhận thấy sự săn sóc đặc biệt của chị Hà dành cho Hùng, hơn cả một người em. Chị dành cho Hùng tất cả sự quyến luyến của một người chị, người mẹ, người yêu, nhưng Dung nghĩ rằng tình cảm của họ còn trong sáng. Chị Hà gửi người con gái lớn đi vượt biên và cháu bị đắm đò, xác của cháu trôi dạt vào chùa. Dung và Phong thường xuyên đến an ủi chị.

Cùng lúc đó tình cảm giữa Phong và Dung càng ngày càng xuống dốc. Có những đêm Dung biết Phong sáng tác những bài nhạc đau khổ đến tột cùng, như bài "Ngọn Nến" để nói lên sự đổ vỡ không tránh được giữa hai người. Thời gian đó Dung biết Phong còn yêu Dung lắm!

Về phần Dung, sự chán nản vì bon chen với cuộc sống và cơm áo gạo tiền đã làm cho Dung thất vọng với hình ảnh chàng hoàng tử bạch mã đã mang Dung lên ngựa ngày nào, bây giờ để vợ con bương chải mà bất lực trong việc giúp đỡ, chỉ buồn bã ngồi đàn hát hoặc cà phê cùng bè bạn. Dung đã chán với cảnh Phong nhậu nhẹt cùng bạn bè để vợ ở nhà một mình và Dung bắt đầu đi chơi riêng. Lúc bấy giờ lợi tức từ quán Từ Dung đã mang lại cho gia đình một đời sống khá hơn về mặt tài chánh.

Tình cảm giữa chị Thu Hà và Hùng thật sự có ảnh hưởng đến Dung lúc đó và Dung thấy thèm muốn một tình cảm đẹp như vậy. Dung không biết rằng mình còn yêu Phong vì cuộc sống khốn khó làm thui chột đi tình yêu đầu đời đó, hơn nữa, những cuộc nói chuyện giữa Phong và Dung càng như ít đi dần vì hai người cảm thấy không cùng chung một ngôn ngữ. Dung có ảnh hưởng Tây-phương rất nhiều qua những chuyện của Herman Hess, Alia Kazan, Hemingway và Phong thường chỉ đọc truyện Việt Nam và truyện dịch nên về tư tưởng có một sự khác biệt khó có đưa đến sự thông cảm. Dần dần Dung cảm thấy Phong không còn là người để chia sẻ tâm sự nữa và Dung quay về một người khác để tìm an ủi. Do đó mà Quán có lý do để bước vào đời sống của Phong và Dung.

Buổi chiều hôm đó Phong hẹn một số bạn đi nhậu và Dung muốn đi theo nhưng Phong từ chối, nói rằng không muốn Dung nghe những chuyện nham nhở của đám nhậu. Dung bảo Phong hãy hủy bỏ cuộc nhậu để đi chơi với Dung, nhưng Phong không chịu. Quán nói em sẽ đưa chị đi chơi Lái Thiêu và Dung leo lên xe Quán trước vẻ mặt thất vọng của Phong. Dung chỉ định dằn mặt Phong cho bớt tức vì tính Dung từ trước đến giờ được mẹ chiều quen nên đành hanh đành hói, chứ không nghĩ sâu xa gì cả, và cũng nghĩ chắc Phong cũng coi Quán là chú em nên không sao.

Từ đấy trở đi Quán thường xuyên đưa Dung đi chơi và vợ chồng Dung ngày càng xa cách, trong lúc đó Quán ở sát cạnh Dung nên Dung càng thân thiết với Quán. Cho đến một ngày Dung sa ngã trong vòng tay của Quán và đắm mê trong cuộc tình mới mẻ, không ý thức được lỗi lầm của mình. Quán chiếm được trái tim Dung có vẻ đắc ý nên có thái độ xấc xược, coi như nhà vợ chồng Dung là nhà mình.

Có một lần Quán chở Dung về nhà ở Ngã Năm Bình Hòa, Phong đuổi theo, tới nhà thì Phong tát Dung một bạt tai rồi nhảy vô đánh Quán. Sự việc xảy ra trầm trọng nên Dung bảo Quán không nên sang nhà Dung nữa. Sau đó Quán trả thù bằng cách photocopy một lá thư của Dung viết cho Quán và gửi cho gia đình Phong để bỉ mặt

Phong. Phong và Dung nói chuyện với nhau và đồng ý chấm dứt sự giao thiệp với Quán. Phong không cho Liên, vợ Quán bán thuốc lá và chấm dứt hợp đồng tại quán Từ Dung. Quán nổi giận bèn dàn trận cho vợ đánh ghen Dung ngay trước cửa quán Từ Dung. Sau khi bị Liên cào xé máu chảy ròng ròng, Dung phải tự trấn tĩnh để hát bài tình ca cùng với tiếng đàn đệm réo rắt của Cung như không có gì xảy ra, khách trong quán tuy có rúng động nhưng với thái độ bình thản của Dung cũng yên tâm thưởng thức tiếp chương trình nhạc.

Gia đình Phong bị rúng động bởi lá thư của Quán và gây áp lực cho Phong phải có thái độ với Dung. Phong vẫn còn yêu Dung rất nhiều nên vô cùng đau khổ. Có nhiều đêm Phong vào bóp cổ Dung nhưng không đủ can đảm giết Dung, có những đêm Phong bắt Dung nửa đêm thức dậy đi cùng Phong sang nhà Quán để gọi Quán ra hỏi tội. Gia đình Dung sống trong cảnh địa ngục như thế một thời gian dài. Phong luôn đọc kinh Coran mỗi khi gần Dung, chắc có lẽ cầu nguyện Đấng Allah tha lỗi cho Dung. Dung cũng ở trong tình trạng đau đớn không kém và không dám làm điều gì cho Phong tức giận.

Mọi chuyện tưởng sẽ qua đi và cũng sẽ qua đi nếu không có sự xuất hiện của nhân vật thứ tư trong chuyện tình tay tư này.

Một đêm kia, quán Từ Dung vẫn chơi nhạc như thường lệ. Các nam thanh nữ tú nườm nượp bước vào quán, trong số đó có một cặp trông rất ngầu. Phong khều tay Dung: "Em xem kìa, có cặp kia trông thật ngầu, cả bà lẫn ông!" Đó là nhận xét đầu tiên của Phong về người đàn bà sau này sẽ làm chủ đời Phong!

Bà Nga, tên của người phụ nữ nọ, sau này tuyên bố là đã mê Phong từ cái nhìn đầu tiên khi bước vào quán. Bà là vợ một sĩ quan quân lực Việt Nam Cộng Hòa lúc bấy giờ đang học tập cải tạo, có tới bảy người con với ông này. Về sau khi Phong và bà ta ra đi khỏi Việt Nam, ông sĩ quan được phóng thích có đi tìm Dung nhưng Dung tránh không gặp.

Trong thời gian song song, Dung còn phải đối đầu với một kẻ thù khác không kém phần nguy hiểm là bà chị dâu họ của Dung, chính mẹ, và chị ruột bà nói bị bà đối xử tàn tệ, cho ở ngoài hiên và mẹ mù còn phải quét nhà, thì Dung đâu có là gì đối với bà ấy! Anh họ Dung khi ở trại học tập ra cũng bị đuổi khỏi nhà, mặc dù đã ký ủy quyền cả hai căn nhà mẹ anh cho cho bà ta! Dung ở trong căn nhà bác Dung giữ lại làm từ đường, nên có cơ nguy bị bà chị họ ác ôn đuổi ra khỏi nhà!

Thời gian sau đó Dung theo truyền thống của gia đình, lại cho bà Nga vào ở nhà trên gác lửng để trốn lánh công an vì bà ta buôn thuốc Tây lậu ở chợ Tân Định đang bị công an truy nã. Nhà của bà Nga ở bên Khánh Hội nhưng bà không dám về nên năn nỉ Dung cho bà ở. Bà ta xưng chị với Phong và Dung ngọt xớt và trông có vẻ già dặn nên Phong và Dung cũng xưng em. Bà nói rất ngon ngọt và Dung cũng không đề phòng bà với Phong vì trông bà già hơn Phong và cũng không có gì là đẹp. Dung chỉ đề phòng những cô gái trẻ đẹp hơn Dung vì thiếu kinh nghiệm sống!

Bà Nga ngầm mê Phong nên trong khi ở nhờ nhà Dung đã đánh giá được ngay sự rạn nứt của tình cảm hai vợ chồng Dung. Bà tìm cách dụ Phong về mọi mặt và Dung bắt đầu thấy Phong thay đổi. Việc chi tiêu tiền bạc

Phong không bàn bạc với Dung nữa, thậm chí bán cả xe gắn máy đưa tiền cho bà Nga giấu Dung. Phong còn nói mỉa mai: "Người ta đâu có tính toán như em!"

Dung bắt đầu ý thức được chuyện gì xảy ra nhưng không lượng định được tình hình vì non nớt và thiếu kinh nghiệm sống. Một lần nữa Dung và Phong lại rớt vào tay của cáo già vì cả hai chỉ biết sống trong môi trường đại học và gia đình, giờ đây bị ném ra ngoài xã hội thì sập bẫy là chuyện đương nhiên phải xảy ra!

Dung mời bà Nga ra khỏi nhà. Bà ta rời khỏi nhà Dung với nụ cười khẩy trên môi. Bà biết đã bỏ rọ được con cá Phong và sớm muộn anh ta cũng rớt vào tay bà!

Trong khi đó thì bà Mỹ, chị dâu họ Dung cho người lẻn vào nhà Dung lấy trộm giấy tờ và đem bán đổ bán tháo đi căn nhà từ đường của bà bác Dung. Dung còn ở trong đó nên cũng khó lòng cho bà thực hiện ý định. Sau này bà cũng bán được căn nhà ấy và đối xử với anh họ Dung rất đỗi tàn tệ sau khi đã móc hết tiền bạc gia sản!

Dung và Phong xích mích trầm trọng và kết quả là Phong dọn ra khỏi nhà Dung đến tá túc tại nhà bà... Nga. Điều này dễ hiểu thôi vì Phong chẳng còn nơi nào nương tựa và Dung đã gián tiếp một cách vô ý thức đẩy Phong vào trong vòng tay bà ta. Tự ái của Dung cao đến độ Dung nghĩ người nào chẳng phải của mình thì sớm muộn cũng không thuộc về mình và câu tục ngữ "nồi nào úp vung nấy" lúc nào cũng chính xác. Tư tưởng và quan niệm sống, ý thức về lòng tin tôn giáo không đi đôi với nhau thì khó mà ăn đời ở kiếp. Dung thực sự đã hối tiếc không nghe lời mẹ khuyên bảo khi lập gia đình quá vội vàng khi đi theo tiếng gọi của con tim mù quáng.

Khi Dung đi làm việc tại quán, Phong đã nhiều lần đến đón bé Tú Uyên về nhà bà Nga. Bà Nga có một lần đến tìm Dung xin phép để được ở với Phong. Thấy tay bà ta run lẩy bẩy nên Dung cũng thương hại mà đồng ý. Quan niệm của Dung là không tranh giành một người đàn ông để mang nhục cho giới phụ nữ và một người không còn yêu mình trọn vẹn thì chẳng níu kéo họ làm gì!

Thế nên Dung buông cho Phong ra đi! Sau này Phong tuyên bố với báo chí là gặp bà Nga khi sang tới đảo chỉ là lời bịa đặt. Tội lỗi Dung đối với Phong là đã ngoại tình thì sau Phong cũng đã trả thù đủ rồi, lại còn ân ái với bà Nga ngay trong nhà từ đường của bác Dung và mẹ Dung, gây sự bất mãn cho hàng xóm láng giềng tại Ngã Năm Bình Hòa là nơi gia đình Dung rất có tiếng tốt. Đó là không kể sau này Phong và bà Nga bôi bác Dung với dư luận bên ngoài, anh chàng bầu đoàn Vàm Cỏ Đông năm nào buột miệng nói: "ĐM! Hận đồ bàn có khác!"

Sau đó do sự bầy mưu tính kế của bà Nga, Phong lừa Dung cho đi vượt biên một mình và nói là sẽ mang bé Uyên theo ngay chuyến đi sau đó, vì chuyến này chỉ còn một chỗ duy nhất. Dung cả tin nên ra đi và bị bắt tại Trà Vinh trong ba tháng, đi thăm nuôi có anh Tư tài xế của mẹ cũ và cũng là người pha cà phê tại quán Từ Dung. Chuyến đi của Dung cũng gian nan vì máy tàu hư nên cứ chạy dọc theo bờ biển cho đến khi tắp vào Trà Vinh. Quý vị trong con tàu dài 10 mét kêu lên "Mã-lai" nhưng tiếc thay đó chỉ là Trà Vinh, hơn 40 người trên tàu nôn mửa lên người nhau nhầy nhụa, tiếng cầu kinh lâm râm làm cho hoàn cảnh càng thêm bi đát. Những ngọn sóng lớn cao gấp mấy lần con tàu nhồi con tàu bồng bềnh. Sau cùng con tàu mắc cạn ở một ụ ngoài Trà Vinh và sau đó bị công an bắt về. Dung không thể qua chiếc ghe của công an bằng tấm ván nên không chịu đi. Tên công an chĩa súng vào đầu hỏi "có đi không?", Dung còn nói "cứ bắn đi"! Một anh trong đoàn, captain của chiếc tàu vội cõng Dung lên lưng và đi qua ghe bên kia. Anh còn nhường dép cho Dung đi trên cát nóng bỏng nhưng khi tới trại giam thì nam bị tách riêng ra khỏi nữ. Sau này khi anh Tư tới thăm nuôi, Dung chia sẻ phần thực phẩm cho anh, nhưng tiếc thay nhầm tên người nên anh không được gì cả. Anh nằm trong danh sách lãnh đạo nên bị công an vục đầu vào nước để tra tấn. Sau anh đã kiếm đường thoát khỏi trại giam.

Đám con gái thì bị còng chân trong một thanh sắt thật dài khi đêm tối vì trại rất sơ sài sợ bỏ trốn. Mỗi đêm Dung đều hát những bài như "Phôi Pha" của Trịnh Công Sơn cho các bạn nghe. Mỗi ngày Dung chỉ được một lon guigoz nước, tắm giặt, súc miệng gì đều trong đó. Thỉnh thoảng được cho ra sông tắm táp thì mừng vô cùng! Tụi Dung phải đi cầu cá tra, Dung hay bị táo bón nên cầu của Dung ít khách lai vãng trong khi các cầu bạn thì khách đến ào ào!

Một lần viết thư cho Phong, có tính cách phản động nên bị gọi tra hỏi, Dung ú ớ nói mình là dân bán cá, thế mà bọn bộ đội cũng tin, lại còn đeo kính cận hợp thời trang nữa chứ. Chỉ ba tháng được thả ra, chỉ có một cô khai là đoàn viên bị giữ lại mút chỉ. Phái nam cũng bị giữ lại, không biết lúc nào mới được ra!

Khi Dung về, các bạn rủ về nhà tại Trà Vinh chơi một ngày rồi về Sàigòn. Dung nhận lời vì thực sự dù nhớ con đến điên rồ nhưng Dung rất sợ phải đối mặt với những gì đang xảy ra tại Sàigòn. Linh cảm cho Dung biết có những điều chẳng lành sắp ập đến với Dung!

Trở về Sài gòn chân thấp chân cao với đôi dép khác màu, Dung sợ hãi không biết chuyện gì xảy ra ở nhà nên đến quán Từ Dung trước. Lúc đó khoảng 6 giờ chiều và đèn đường đã bắt đầu lên. Dung không nhớ rõ tháng nhưng năm mà Dung bị bắt là năm 1979. Trào lưu vượt biên cũng đang lên cao và trại tù ở các miền duyên hải cũng đã chật ních nên họ chỉ giữ tụi con gái vượt biên chừng vài tháng rồi thả về. Dung sợ sự đe dọa của con đường trước mặt còn hơn là những tháng giam giữ trong trại tù!

Một người hầu bàn đến cạnh Dung và không nhận ra cô chủ quán sang trọng ngày nào. Dung nhờ họ gọi Phong ra để nói chuyện, hỏi thăm tình hình bé Uyên. Khi Phong xuất hiện thì Dung đã hiểu tất cả. Mọi ô vuông trong ô chữ đều được xếp đúng chỗ và Dung đã hiểu âm mưu chiếm đoạt gia đình của người đàn bà hiểm độc kia và sự nhẹ dạ cả tin của mình!

Phong diện rất oách, tay đeo đồng hồ vàng sáng loáng, bộ điệu hãnh diện và tự tin, ngồi xuống nói chuyện với Dung ở một chiếc bàn ngoài hiên của quán. Phong cho Dung biết đã có người mới và sẽ giao trả lại quán cho Dung: Ngỡ ngàng trước tình đời, lòng người nhưng Dung chỉ muốn hỏi bé Uyên ra sao và muốn mang bé về nhà nếu Phong quyết định đi theo bà Nga.

Về tới căn nhà Ngã Năm Bình Hòa, hàng xóm láng giềng chạy sang cho Dung hay là Phong đã mang một người đàn bà lạ vào ngủ trong nhà mẹ và bác Dung và Dung cũng tìm thấy một số lớn mẫu làm thuốc Tây giả trong nhà, thời đó làm thuốc Xuyên Tâm Liên đang được thịnh hành vì thuốc đó vô thưởng vô phạt, không làm chết người!

Dung nhờ anh Tư mang bé Uyên về nhà giúp và hai mẹ con tiếp tục sống bình thường. Phong trao lại quán Từ Dung cho Dung điều khiển. Để chiêu đãi cho khách và bành trướng quán, với sự giúp đỡ của nhạc sĩ Cung và vợ là Liên, Dung biến đổi khuôn mặt của quán thành ra sống động với những bài hát luôn luôn thay đổi mọi thể điệu và lancer hay cổ xúy nhiều khuôn mặt mới hát cho quán, trong đó có Tâm, con trai cố nhạc sĩ Đỗ Thiều. Sau này Dung nghe nói Tâm và em Tâm lâm vào cảnh nghiện ma túy, đã chết vì bị "overdose" (dùng quá liều).

Phong có dự định vượt biên với bà Nga nên đến nhà xin Dung cho bé Uyên đi với Phong, hai người ôm nhau khóc lần cuối cùng thì bà Nga la lối ở đầu hẻm kêu Phong về. Hàng xóm ai cũng tức cho Dung nhưng Dung không muốn giành dựt người đàn ông nào nên nói Phong về với bà ta đi và đừng tìm Dung nữa. Nghĩ rằng mình không còn khả năng mang con đi ngoại quốc nên Dung đành tâm cho Uyên đi theo Phong.

Đó là sai lầm lớn nhất trong đời Dung. Cứ tưởng rằng mình chẳng còn gì, cho con đi để nó có tương lai, không ngờ gây ra một tội lớn đối với Chúa, để cho cháu bị mẹ ghẻ hành hạ, bố nhu nhược vì quá sợ vợ không dám bênh con, để sau này cháu phải bỏ nhà ra đi vất vưởng một thời gian dài. Chuyện này Dung sẽ kể tiếp khi tới giai đoạn đó.

Trong thời gian đó, quán Từ Dung trở thành một tụ điểm nhạc có tiếng nhất thời đó. Tất cả nam thanh nữ tú đều tụ đến phần lớn vì tò mò muốn biết Từ Dung kiêu sa của một thời giờ sống ra sao! Với nụ cười rạng rỡ trên môi, Dung đến từng bàn chào hỏi khách niềm nở với một anh hầu bàn được cử đặc biệt để chỉ mang nước uống của Dung đi theo Dung cho khỏi tốn hao mỗi bàn một ly nước! Khi tiếng đàn của Cung trổ lên, giọng hát Dung cũng cất lên với "Love Is A Many Splendor Thing," "La chanson d' Orphée," "Ngày Nào Biết Tương Tư,"...

Có hôm khách vào quán ngỡ ngàng khi thấy Dung ngồi bên đàn dạo bản "Tennessee Waltz" và Cung đứng hát. Những ca sĩ khách cũng không kém trong việc góp phần vào việc làm cho chương trình thêm phong phú.

Lúc đó quán Từ Dung thường có những trận cười thâu đêm suốt sáng tuy không sa đọa nhưng khá xa hoa với rượu champagne và các thứ rượu khác đổ cả lên đầu khách, khách hàng đua nhau gây ấn tượng với cô chủ quán và các phụ nữ khác bằng cách chi tiền xem ai là người hào phóng nhất. Những bài hát mọi thể loại không bao giờ thiếu người hát kể cả tiếng Việt lẫn tiếng Pháp, tiếng Anh với tiếng piano réo rắt của Cung, Trần Trịnh, Nguyễn Ánh Chín, Nguyễn Kim cùng tiếng bass bập bồng của Kim, bạn Dung, đôi khi để yểm trợ có cả saxophone và violin dìu dặt.

Không ít những mối tình thành hình trong quán trong thời gian này. Dung cũng có vài mối tình vặt và những ghen tương xoay quanh cuộc đời người phụ nữ vừa chia tay cùng chồng và đang thời kỳ xuân sắc. Đó là năm 1979, chấm dứt mối tình của Dung và Phong trong đúng 10 năm chăn gối.

Một chiến dịch đánh văn hóa xảy ra trong thời kỳ đó, lúc các quán cà phê nhạc không ngờ nhất là lúc công an phường, quận và thành phố ập vào để bắt quả tang hát nhạc vàng. Các quán cà phê khác trong đó có cà phê Văn Hoa bị bắt và các bà chủ quán bị bỏ giam. Chỉ có Dung lúc đó được sự báo trước của Hải, nên đóng cửa ngày hôm đó và do đó thoát không bị bắt!

Hải là nhân vật mới trong đời Dung. Cho dù Hải có đối với Dung tệ bạc sau này, Dung vẫn phải cảm ơn Hải đã cho Dung một món quà quý giá nhất đời Dung, đó là bé Hải Âu xinh đẹp, bé là thiên thần đã cứu vớt cuộc đời Dung và cho Dung niềm tin và hy vọng để tiếp tục sống trên cõi đời này!

Lúc đó vô số người theo đuổi Dung nhưng theo truyền thống, Dung luôn chọn lầm người. Đó là định mệnh. Khi mình nhào nắn cuộc đời mình theo những chọn lựa không chín chắn đưa đẩy cuộc đời mình vào con đường bế tắc, đừng đổ tội cho định mệnh, định mệnh chỉ mang một phần trách nhiệm trong những việc hay hoặc dở xảy ra trong những khúc ngoặt của cuộc đời. Phần lớn là do mình!

Quen thói nhõng nhẽo và thèm được chiều chuộng nên Dung dễ dàng rơi vào những cạm bẫy mang bộ mặt yêu thương che chở, y hệt như Phong mà thôi. Dung yêu Hải cuồng nhiệt và có với Hải một đứa con cho dù biết Hải có vợ ở ngoài Bắc. Dung vẫn tin Hải sẽ bỏ vợ để lấy Dung! Sau này khi vợ Hải vào Nam và Dung biết rằng chuyện đó sẽ không xảy ra, Dung vẫn nhất quyết giữ con vì nhớ bé Uyên vô cùng và Dung cần một đứa con để có can đảm mà sống. Đó là một quyết định rất đúng cho đời sống sau này!

Hải là một nhân viên trong Bộ Văn Hóa, gia đình anh ở ngoài Bắc trước kia cũng phải qua một thời gian bị đánh tư sản mại bản. Cũng phải vất vả anh mới có được một chỗ đứng trong xã hội ngoài Bắc sau này. Đồng thời anh cũng là một họa sĩ trong Hội Nghệ Sĩ ngoài Bắc, nhưng tranh của anh đã bị những dòng nước lụt ở bờ đê Yên Phụ cuốn đi. Đó là lý do tại sao cháu Hải Âu lại có tài hội họa và cả con của Hải Âu là Nathan cũng vẽ rất đẹp!

CHẬT VẬT VỚI KẾ SINH NHAI

Dung dứt hợp đồng với quán Từ Dung nên cùng bạn gái tên Lan mở một quán cà phê khác tên là Nguyệt Cầm. Lan đã phải bán chiếc xe velo solex duy nhất của cô để hùn mở quán với Dung. Tâm tình này Dung không bao giờ quên. Trần Trịnh là nhạc sĩ chơi dương cầm cho Dung. Để mở đầu chương trình nhạc, Trần Trịnh dạo bài "Nguyệt Cầm" và Dung cất tiếng hát, đêm nào cũng như thế!

Về sau tụi Dung làm ăn lỗ lã, Lan sang lại quán cho một khách hâm mộ chương trình nhạc. Lan bảo Dung là ông này mù!

Khi Hải bị bắt vì chiến dịch chống tham nhũng văn hóa vì có nhúng tay vào vài vụ buôn băng lậu thì Dung thật sự chới với và từ đó bắt đầu những tháng ngày cơ cực cùng em bé Hải Âu. Dung dọn từ nhà này sang nhà khác, họ hàng thì sợ không dám nhận cho ở vì Dung không có hộ khẩu. Có một lần bé Hải Âu bị bệnh nặng, người lạnh toát đến nỗi bác sĩ chê không chữa (bác sĩ giải phóng thời đó), Dung khóc nức nở đưa con tới bệnh viện, chỉ trong chốc lát nằm trong máy sưởi và Dung đi mua sữa trở lại là thấy bé Âu đã cười toe toét nghịch phá chung quanh!

Một lần khác sau khi xin tá túc nhà cô bạn gái, cô ta vừa rời nhà là chồng cô ta định tấn công. Dung bình tĩnh tát vào mặt anh ta và bưng con ra khỏi nhà, gọi một chiếc xích lô. Khi ông xích lô hỏi đi đâu thì Dung ú ớ không trả lời được vì thực sự không có chỗ nào để đi giống như bài hát của Trịnh Công Sơn "Đi về đâu hỡi em, khi trong lòng không chút nắng..."

Sau cùng có một cô bạn thân tên là Tố Vân mang Dung về cưu mang. Hai chị em sống đùm bọc lấy nhau, nhiều khi chia nhau miếng chao mà thấy ngon vô cùng. Dung xin được một chân dạy học trong một trường dạy Anh-văn trong Chợ Lớn để phụ thêm vào lương tháng dạy cho Trung Tâm Dịch Thuật và Hội Trí Thức Yêu Nước mới gần đủ ăn và trả tiền cho người nuôi bé Hải Âu. Mỗi lần chia tay nhau là hai mẹ con khóc sướt mướt và bé Âu kêu "mẹ mẹ" om sòm. Có lần người giữ Âu đánh đổ cả nước sôi phỏng mông con bé mà còn cố giấu Dung, lần khác Dung vừa đến đầu ngõ thì thấy một con bé bẩn thỉu đang bò ngoài ngõ, đến gần mới biết là con mình. Họ đợi khi nào mình xuất hiện mới vội rửa mặt qua loa cho con bé!

Sống thiếu thốn khổ sở với đồng lương dạy Anh-văn chết đói chính quyền Xã Hội Chủ Nghĩa bố thí cho thành phần trí thức được gom lại lúc bấy giờ để tiện việc kiểm soát hành vi của họ, Dung kiệt sức vì dạy học quá độ nên nhiều lần ngất xỉu mê man, may nhờ có Tố Vân chăm sóc. Khi Vân bị bắt về tội buôn thuốc lá trái phép, đến lượt Dung lo cho bé Quỳnh Như con Tố Vân.

Song song với thời gian này, Dung còn làm cho báo Thanh Niên và cùng Miên Đức Thắng mang ban nhạc đi Đà Lạt trình diễn. Mượn danh nghĩa phóng viên báo,

Dung đến phỏng vấn Giám Đốc Công An Thành Phố Hồ Chí Minh bấy giờ tên Tuấn và sau này gặp lại anh ta ở trong phi trường Tân Sơn Nhất, lúc đó anh ta có vẻ đã biết lai lịch của Dung rồi nên đề phòng ra mặt, không cởi mở như khi nghĩ Dung là nhà báo nữa.

Dạy được ở Trung Tâm Dịch Thuật một thời gian thì Dung được dịp quen biết nhiều nhân vật lẫy lừng ngày xưa như Nguyễn Xuân Phong, Diệp Văn Tí, Nguyễn Công Luận và còn nhiều anh em trí thức khác. Có một người bạn tâm đầu ý hợp đã nâng đỡ tinh thần Dung trong thời gian đó và Dung cũng hát nhiều bản nhạc do anh sáng tác là anh Trần Hoài Bắc, người cộng sự của Dung trong công việc hoàn thành cuốn "Hồi Tưởng." Một thời gian sau Dung lập gia đình với anh Tuấn Anh cũng dạy học tại Trung Tâm Dịch Thuật và hầu hết các anh em làm trong đó đều đi dự đám cưới. Tuấn Anh hơn Dung tới một con giáp nên cuộc sống không có nhiều hòa hợp. Một lần nữa, Dung tưởng tìm thấy hạnh phúc khi được yêu chiều nhưng sự thật không phải như thế. Trước lúc đó Dung ra tòa án xin hủy hôn thú giả với chồng đầu tiên là Phong nhưng lại có hiệu lực và để cho mọi việc xuôi trót, Dung tặng mỗi bà quan tòa một đôi bông tai rẻ tiền. Đó là thủ tục cần thiết thời bấy giờ để làm việc được trót lọt, mình phải "biết điều" trong mọi trường hợp. Khi được tuyên bố ly dị, Dung xin nhân tiện hủy luôn giấy sống chung với bố Hải Âu để đề phòng hệ lụy về sau. Bà quan tòa cũng xử cho ly hôn luôn và hỏi: "Còn ai nữa không thì làm nốt cho xong?"

Sau đó Tuấn Anh giúp Dung đi làm khai sinh giả cho bé Hải Âu, bỏ tên bố đi và lấy họ mẹ thôi để tương lai dễ bề xử dụng.

   Từ Dung

Sau khi chia tay với Tuấn Anh, Dung được bạn bè là Đằng Giao và Chu Vị Thủy dẫn dắt làm cho một hãng du lịch nhỏ do anh của Hải Nam điều khiển tại miền Nam California. Đằng Giao cũng có ý nhờ Dung giới thiệu dùm tranh sơn mài của anh với các khách ngoại quốc cũng như Việt Kiều. Khổ một cái là hãng du lịch này chỉ may đồng phục cho các cô guide mà lại không phát lương nên làm sao tụi Dung sống nếu chỉ trông vào tiền hoa hồng môi giới khách mua tranh ảnh, đồ lưu niệm ở các tiệm trong thành phố! Lúc đó thời buổi hỗn quân hỗn quan nên có nhiều dịch vụ mờ ám, nếu không khéo thì dễ bị lôi cuốn vào những tổ chức không tốt đẹp gì!

Có một anh chàng Bắc Kỳ tên Phong có một hãng xe tên là Vicarent làm việc tại phi trường thấy phong cách Dung và trình độ ngoại ngữ nên thích quá bèn mời Dung cộng tác và nhờ Dung kiếm hộ một số cô làm guide dưới sự chỉ đạo của Dung. Thấy được trả lương đàng hoàng mà lương lại khá hơn khi đi dạy học tại Hội Trí Thức Yêu Nước và Trung Tâm Dịch Thuật nên Dung nhận lời ngay và tuyển thêm ba cô nữa cho Phong trong đó có bé Yến Anh, cô hàng xóm xinh xắn con bà bạn. Mỗi lần đi làm vì Dung không biết chạy xe nên phải đi xích lô đến cổng phi trường rồi quá giang bất cứ xe nào vào đến bên trong. Thật là nguy hiểm nhưng Dung không còn cách nào khác. Chiếc xe đạp cuối cùng Dung đã mang lại tặng cho anh Xưởng vì anh vừa mất xe. Anh Xưởng đã giúp Dung tiền bạc trong thời kỳ đen tối nhất của đời Dung nhưng luôn luôn giữ tư cách đứng đắn và không đòi hỏi ở Dung bất cứ điều gì. Dung sẽ trở lại chuyện này trong đoạn sau.

Làm ở Vicarent một thời gian thì bọn Dung đã mang lại rất nhiều lợi nhuận cho họ. Thời kỳ này Việt-kiều ùn ùn về nước và mang rất nhiều ngoại tệ về. Dung mục kích thấy nhiều cảnh cười ra nước mắt như một anh chàng mang sẵn bộ đồ vía chờ tới phi trường là trút bỏ bộ quần áo công nhân dơ dáy và lột xác thành anh Việt-kiều sang trọng để còn đi cua các em nhẹ dạ. Ngược lại cũng có nhiều Việt-kiều bị các chàng Việt Nam láu cá hoặc các em chân dài dụ lấy hết tiền. Hãng Vicarent của Dung làm mưa làm gió đến độ sau này các cơ quan Saigon Tourists và Vietnam Tourists cũng bắt các cô guide tập đi mời khách gia nhập du lịch của họ vì sợ Vicarent cướp hết khách. Có một bà già mù từ Mỹ về nhất định từ chối không đi về với các con mà chỉ muốn đi xe của Dung. Thời gian này vừa kiếm thêm tiền nuôi con nhờ tiền hoa hồng và tiền tip khách cho, rồi còn được tiệc tùng liên miên nên Dung ham vui không nghĩ đến chuyện đi ngoại quốc. Đó là năm 1986 tới năm 1987, bé Âu đã được 5, 6 tuổi, và Dung đã dọn đến ở thuê tại một căn nhà khang trang hơn trước. Cuộc vui cứ kéo dài thì một hôm người bạn hỏi Dung sao không tìm cách đi ngoại quốc đi vì có cơ hội quen biết rất nhiều Việt-kiều và người ngoại quốc. Dung cao hứng nói đùa rằng sẽ lấy người nào đầu tiên gặp ở phi trường ngày mai.

Sáng hôm sau tới phi trường và đang làm việc như thường lệ thì Dung thấy một đoàn khách mới đến từ Hoa-kỳ. Trong số này có một anh Mỹ tóc vàng, mắt xanh như bầu trời Hawaii đứng có vẻ đơn độc. Anh ta mặc một chiếc áo T-shirt có chữ "Hawaii" to tướng trước ngực với hình ảnh cây cối ở Hawaii. Dung tiến tới và như thường lệ hỏi anh chàng có cần tour guide không. Anh ta nói đã gia nhập Vietnam Tourists rồi nhưng muốn mời Dung đi uống cà phê. Đó là người chồng thứ tư trong cuộc đời tình cảm sóng gió của Dung.

Từ Dung

LẬP GIA ĐÌNH VỚI JERRY VÀ CHUYỂN SANG SINH SỐNG TẠI HOA-KỲ

Cuộc tình giữa Dung và người cựu phi công Hoa-kỳ tên Jerry Shelton là cả một chuyện tình lãng mạn đầy thơ và mộng. Sau cuộc gặp gỡ tình cờ tại phi trường, Jerry hẹn Dung đi uống cà phê. Cả hai người cùng hút thuốc lá nên dễ thông cảm?

Dung và Jerry thường ngồi tại một quán cà phê hoặc ở khách sạn Jerry ở. Dung thường dựa đầu trên đùi Jerry và thủ thỉ kể về những giai đoạn cay đắng nàng phải trải qua, những bương chải để mang về thực phẩm cho gia đình. Jerry thì kể lại những trận chiến khốc liệt chàng phải trải qua, những lần chàng phải bò lê lết trong rừng giữa Lào và Việt Nam, những lần máy bay bị bắn rớt xuống và chàng ôm xác đồng đội trong tay, mồ hôi, máu và nước mắt chan hòa lẫn lộn.

Dung dọn về ở chung phòng khách sạn với Jerry trong thời gian bàn soạn làm đám cưới. Cháu Hải Âu thì gửi cho bà vú. Sau đám cưới sẽ tìm chỗ ở cho cả ba người. Lúc này rất nhiều bè bạn tìm đến với Dung. Sự đối xử của người đời đối với Dung có thay đổi rõ ràng. Những người có nhà cho thuê thì mong đợi Dung giới thiệu cho người ngoại quốc đến thuê. Những người có tranh muốn bán cho Việt-kiều hay ngoại quốc o bế để Dung giới thiệu. Các cô gái trẻ hoặc sồn sồn đon đả mong Dung giới thiệu cho bạn đời hầu mong có dịp xuất ngoại. Trước khi Dung gặp Jerry thì vất vả mới giới thiệu mua bán tranh sơn mài hoặc đồ cổ. Phần nhiều phải đợi khách đi rồi mới trở lại lấy vài dollars commission.

Từ khi gặp Jerry, đời sống của Dung và bé Hải Âu được cải thiện hơn nhiều. Jerry ráo riết dạy bé học tiếng Anh và Jerry học tiếng Việt. Âm tiếng Việt quá phức tạp nên Jerry cáu giận xé tan cuốn sách học vỡ lòng. Cô giáo của bé Âu vì lương không đủ sống nên phải bán kẹo bánh trong lớp kiếm thêm. Dung thường dúi cho cô ấy một ít vì trước cũng dạy học nên vô cùng thông cảm hoàn cảnh của các cô giáo trong chế độ hiện thời!

Ít lâu sau Jerry sợ Hải Âu bị bắt cóc vì lý do con nuôi của Mỹ nên bắt con bé nghỉ học, chỉ ở nhà học tiếng Anh.

Dung và Jerry mướn hai phòng trong một biệt thự tráng lệ của một ông cán bộ về hưu. Vợ ông ta làm ở Air Vietnam lãnh phần trông nom Hải Âu. Nhà có cả chị bếp và anh tài xế chở đi đâu Dung muốn.

Hải Âu thường trò truyện với bà cán bộ nên mặc dù mới sáu tuổi đã rành rọt về liên hệ của Lê Đức Thọ và Mai Chí Thọ và nhiều nhân vật khác làm Dung và Jerry hết hồn. Con bé càng lớn càng xinh đẹp và láu lỉnh. Trước kia nó ghét Jerry kịch liệt vì chiếm mẹ nó. Đêm nó khóc "Mẹ ơi, mẹ ơi" đòi ngủ chung với Dung.

Sau này nó bắt đầu hiểu lòng Jerry và thương ông như cha ruột. Đó là người cha duy nhất mà nó biết!

Bạn Dung có Trần Hoài Bắc hay lui tới chơi và trao đổi sách đọc với Jerry. Lúc đó sách Mỹ rất quý mà cả Dung lẫn Bắc đều là mọt sách nên sách Jerry mang về thích vô cùng.

Trần Hoài Bắc có viết vài bài nhạc như "Dưới Trời Nhiệt Đới," "Tình Xưa," "Oh Spring," Từ Dung hay hát những bài hát này tại những buổi tổ chức nhạc hoặc trong lớp học do Hội Trí Thức Yêu Nước và Trung Tâm Dịch Thuật tổ chức. Trung Tâm Dịch Thuật thì do anh Hồ Liên Biện đảm nhận còn Hội Trí Thức Yêu Nước thì do anh Nguyễn Văn Sở. Bạn bè anh em giáo chức ở Trung Tâm Dịch Thuật và Hội Trí Thức Yêu Nước rất thân mến và đùm bọc nhau vì lẽ tất cả đều sống trong rọ không còn phân biệt giàu nghèo sang hèn gì nữa. Đây là một chỗ chính quyền đương thời quy tụ anh em trí thức, bố thí cho một việc làm và đồng lương chết đói để dễ bề kiểm soát.

Jerry đúng nghĩa là một người anh hùng vì chàng không sợ thế lực của tiền bạc và cũng không chạy theo địa vị giàu sang. Thất chí vì sau những kinh nghiệm đau thương tại chiến trường Việt Nam, khi trở về Mỹ lại bị khinh thường vì mang danh hiệu "Vietnam veteran", đi xin việc làm nơi đâu cũng bị từ chối nên Jerry bỏ rơi căn nhà xinh đẹp ở California, nơi đã từng chung sống với cô vợ Mỹ bây giờ đã bỏ chàng ra đi.

Khi tới Hawaii, Jerry cảm thấy đỡ bị lạc lõng vì đời sống ở đây thư giãn hơn và người dân cũng hiền hòa dễ chấp nhận, không kèn cựa như các tiểu bang khác ở Mỹ. Đó cũng là lý do Jerry muốn đưa Dung và Hải Âu qua ở Hawaii để dễ hòa nhập với dân tình nơi này.

Ngày bước chân ra phi trường để lên đường đi Mỹ thật là một ngày không thể nào quên. Đi tiễn Dung có cậu Như Phong Lê Văn Tiến, anh chị Lê Văn Vị, người anh họ đã từng lê bước từ Nguyễn Du đến Nguyễn Trãi để lo cho Dung xuất ngoại theo chồng. Ngoài ra còn có chị Minh Thu và vợ chồng chú xích lô mà Dung thuê xe tháng. Dung còn bao nhiêu tiền Việt Nam đưa hết cho cậu Tiến và dặn dò "Con đi rồi, cố đừng vào tù nữa nhe cậu."

Mỗi lần Jerry về, cậu Tiến rất mến và rất thân với anh ta. Cậu thường xuyên nhường chiếc xe xịn của cậu cho Jerry chở Dung đi công việc. Jerry rất nể phục cậu khi nghe Dung kể về những hành động can đảm và bất khuất của cậu trên chính trường, nên chiều nào cũng đòi đến thăm cậu ở căn nhà ở Tân Định do anh chị Vị dành riêng cho cậu ở. Chính nơi này cậu cũng bị bắt trở lại ba tháng sau khi Dung sang Mỹ.

Do sự yêu cầu của Jerry, Dung chỉ mang theo một số nhỏ hình ảnh còn để hết lại nhờ cậu Tiến giữ dùm. Đó là một quyết định sai lầm vì khi cậu bị bắt, tất cả album đều bị thất lạc trừ ra một cuốn album nhỏ do Đặng Trần Hiếu giữ lại được và giao lại cho Dung.

Mọi chuyện về cậu Tiến xin đọc bài "Cậu tôi" viết riêng về cậu Tiến!

Anh chị Vị và các anh chị khác trong gia đình là họ bên ngoại của Dung, cả hai bên ông và bà ngoại. Anh Vị lúc trước làm cho ngành công an ở Hà Nội. Chị là giám đốc một cơ sở lớn. Anh Vị rất hiền và lo cho anh chị em Dung chu đáo mọi việc nhưng trong mắt anh, Dung vẫn thấy ẩn chứa một sự e ngại nghi ngờ nào đó, có lẽ là xuất phát từ nền giáo dục cộng sản đã nuôi dưỡng anh!

Bước chân lên máy bay mà lòng Dung phơi phới! Dung bắt chuyện với tất cả mọi người trong đó có một cặp vợ chồng Việt Nam nhưng gặp phải sự lạnh nhạt của họ. Dung cứ tưởng người đồng hương gặp nhau là mừng rỡ nhưng bé cái lầm. Sau này khi sang tới California Dung mới hiểu lý do! Ở Hawaii thì người Việt ít ỏi và phần lớn làm nghề đánh cá và móng tay nên họ cũng không nhiều chuyện gì cho lắm so với người Việt ở Texas, California, nhất là California.

Jerry có vẻ thích thú vì sự hớn hở của Dung. Bé Hải Âu thì không quen đi máy bay nên ói mửa mặc dù được xem phim "Indiana Jones" lần đầu tiên nên cô bé thích lắm. Ở Việt Nam chỉ được xem phim chưởng hoặc phim cao bồi Mỹ cũ rích!

Khi tới Honolulu, Dung thất vọng thấy một Hawaii vui vẻ thân thiện nhưng tối tân tráng lệ không giống như cuốn truyện của James Michener. Tuy nhiên cũng còn lại nhiều cây dừa, các nàng Hawaii mặc váy lá vũ hula và nhất là nhạc Hawaii tuyệt vời, làm thư giãn tâm hồn và sảng khoái đầu óc biết bao!

Sau này Dung có viết một số bài về hải đảo và được một tờ báo tên tuổi ở California đăng lên ngay lập tức. Thậm chí họ nói là chỉ cần có hải đảo là họ đăng không cần đọc qua!

Sau vài lần đăng, Dung có đề cập đến chuyện nhuận bút thì bị trả lời tỉnh bơ là... không có trả nhuận bút. Dung chán quá và thế là nghề viết văn chấm dứt. Cũng may là có bằng cấp cũng như ngạch trật tại Bộ Giáo Dục Tiểu Bang Hawaii nên cứ làm cho Mỹ mới có cơm ăn.

Một kinh nghiệm đau thương nữa trong đời viết lách với cộng đồng Việt Nam là bài viết về cậu Như Phong được giao cho một nhân vật tên tuổi tại California với lá thư yêu cầu không được sửa đổi bớt xén để làm tuyển tập Như Phong. Tuyển tập đó không được xuất bản trong sáu năm trời và bài viết đó được giao cho một tờ báo khác cũng tên tuổi không kém tại California. Bài đã bị cắt xén sửa đổi tứ tung. Bà chủ bút không viết một lời xin lỗi, không gửi tờ báo nào cho Dung ngoài cái check 100 dollars vỏn vẹn. Chắc họ coi thường người viết dữ lắm!

Tuyển tập đó sau cùng được giao cho báo Người Việt xuất bản. Lại thêm một trò đùa dơ dáy nữa. Trong cùng tuyển tập đăng bài viết của Dung, có một bài viết của một nhân vật mượn gió bẻ măng, lợi dụng cơ hội tưởng nhớ về ông Như Phong để viết những lời bôi nhọ, phàn nàn về đời sống hôn nhân của anh ta, làm mất cả cái đẹp của cuốn sách tưởng niệm ông Tiến.

Tôi thiết nghĩ có một bàn tay nào đó đã sắp đặt để anh ta viết trả thù như thế!

Sau những kinh nghiệm như thế, cảm nghĩ của tôi, với lý tưởng ngây thơ như các bác các chú trong Tự Lực Văn Đoàn và sự trong đẹp của nghề viết lách thời xa xưa, đã bị bánh xe thực tế nghiền nát!

Cuộc tình mới mẻ của Dung cũng gặp nhiều trở ngại và khó khăn vì lý do Dung là người đầu tiên sau năm 1975 xin ra khỏi nước vì lập gia đình với một người Mỹ. Nếu lấy người nước khác thì thủ tục sẽ dễ dàng hơn vì liên hệ ngoại giao giữa Việt Nam và Mỹ lúc đó chưa được khả quan. Tên chàng là Jerry và tình yêu của chàng đối với Dung thật là chân thành và cuồng nhiệt. Được biết Dung xuất xứ từ một gia đình danh gia vọng tộc và lâm vào hoàn cảnh hết sức đau thương, anh nhất quyết mang Dung ra khỏi địa ngục trần gian này. Anh là một phi công trực thăng đã từng tham gia vào cuộc chiến tại Việt Nam và đã từng bị Việt Cộng bắn xuống khỏi phi cơ hai lần và đã trốn thoát trong rừng rậm tại biên giới Việt-Lào cho đến khi được cứu thoát. Anh từng ôm trong tay những bạn đồng đội đầm đìa máu me rồi chết trong tay anh nhiều lần. Như những người cùng cảnh ngộ, anh mắc phải hội chứng hậu khủng hoảng hay "post traumatic syndrome" trong Anh-ngữ và đêm ngủ luôn bị ám ảnh bởi những cảnh giao tranh đẫm máu với Việt Cộng. Anh rất thương con gái Dung là bé Hải Âu mặc dù bé chưa quen với anh và rất bướng bỉnh. Cô bé xinh đẹp này có một tính cách lạ thường vì cô không biết sợ những người to lớn hay dữ dằn mà cô chỉ ưa nói ngọt. Nhưng chỉ trong thời gian ngắn, anh đã chinh phục được lòng thương của cô bé. Hải Âu không hề để ý đến sự khác biệt giữa màu da màu tóc của người cha ghẻ như các bạn cùng tuổi mà chỉ chú ý đến cách anh đối xử với cô ra sao. Jerry rút Hải Âu ra khỏi trường học vì sợ có người bắt cóc con bé đòi tiền khi biết bố ghẻ nó là người Mỹ. Anh dạy con bé học tiếng Anh ở nhà và con bé tiến bộ rất mau.

Nhưng thời gian cứ kéo dài mà Dung vẫn chưa đi khỏi Việt Nam được. Anh Vị, anh họ Dung, cố gắng giúp đỡ nhưng vẫn không xong. Jerry cứ phải trở lại Mỹ để lo visa về Việt Nam, tiền bạc phải nhờ một người bạn tốt tên Bông lãnh ra rồi mang về Việt Nam để sống. Về sau Dung có nghe nhiều điều tiếng về anh Bông nhưng đối với Jerry và Dung anh là bạn rất tốt và tận tình giúp đỡ.

Cứ như thế, hai năm qua đi mà Dung vẫn chưa đi được. Về sau một cô bạn hải quan cùng chung số phận nhưng đi Thụy Sĩ mách Dung và Jerry đi ra Hà Nội xin đi theo diện vị hôn thê rồi qua Mỹ làm hôn thú sau.

Trong lúc ấy Dung gặp lại anh Xưởng, ân nhân của Dung ở một quán cà phê do anh làm chủ. Anh Xưởng trước kia là đại úy hải quân nên biết lái tàu và Jerry muốn nhờ anh mua một chiếc tàu 3,4 bloc để đi vượt biên. Jerry rất muốn thử liều mạng đi vượt biên và sẽ trở thành nổi tiếng ở Mỹ nếu thành công. Trời đất ơi! Thử tưởng tượng một anh chàng cao lêu nghêu mắt xanh tóc vàng trà trộn xuống một chiếc ghe vượt biên! Chuyện ngoài sức tưởng tượng!

Dung phải đi theo Jerry "nằm gai nếm mật" tại Vũng Tàu để tìm cách mua tàu nhưng dĩ nhiên là thất bại. Cuối cùng Jerry đành chịu thua đi Hà Nội cùng với Dung.

Khách sạn ở Hà Nội vào mùa Đông giá lạnh nhưng lại không có lò sưởi và nước ấm nên Jerry khốn khổ vô cùng vì đời sống ở Mỹ không như vậy và anh ta đã lớn tuổi hơn, không còn như thời trai trẻ. Tụi Dung ở khách sạn bên cạnh bờ hồ Hoàn Kiếm và hay dạo chơi đi kiếm các món ăn được diễn tả trong "Hà Nội Ba Mươi Sáu Phố Phường" của Thạch Lam như bún chả, chả cá Lã Vọng, bánh tôm Cổ Ngư, nhưng thất vọng vì các món không ngon như mình tưởng. Xe xích lô thì ngồi đau cả mông vì không có nệm, bác xích lô lải nhải hỏi "Ông Mỹ to thế này chắc cô mệt lắm," và các bà hàng rong xầm xì bàn tán "Sống thế mới là sống chứ, lên xe xuống ngựa, sống như mình thì chết quách cho xong." Dung nghe mà đau đớn cho thân phận người dân nghèo quen sống một đời lay lứt.

Ngày đi Chùa Hương, giới chức thẩm quyền ở bến đò phải cấp riêng một chiếc đò chở khách cho Jerry vì sợ sẽ bị chính quyền Mỹ kiện cáo, Dung và anh chị bạn cũng được ké. Trên đò, anh chị bạn cứ vỗ ngực xưng mình là Việt-kiều về nước. Thật sự ra họ ở tại Hà Nội và chưa bao giờ đặt chân lên nước Mỹ, làm Dung ngượng chín người! Nhưng họ vẫn thản nhiên bịa chuyện đời sống bên Mỹ!

Trời mưa trút nước nên đường lên Chùa Hương lầy lội. Dung ngã lên ngã xuống nhưng các cụ già vẫn nhẩn nha dựa trên những cây gậy chống, vừa đi vừa niệm "Nam Mô Phật"! Sau cùng Jerry phải dìu Dung trở xuống dù chưa đến Chùa Ngoài chứ đừng nói Chùa Trong!

Sau khi đi Bắc về, sứ mạng của tụi Dung hoàn thành và tụi Dung tổ chức một đám cưới nhỏ để ra mắt bè bạn và hợp thức hóa. Tiền mất giá đến độ Dung phải sách theo một va-li tiền để trả cho tiệc cưới. Mặt cô dâu do nữ nghệ sĩ Túy Phượng trang điểm giống hệt tuồng cải lương "Lương Sơn Bá Chúc Anh Đài" nên Jerry suýt nữa không nhận ra người yêu và tưởng mình cưới nhầm người khác!

Nhưng mọi chuyện qua đi tốt đẹp, có các bạn thân đến dự gồm Tố Vân, Ngọc Cung và Liên, Trần Hoài Bắc và ai cũng cất tiếng hát để mừng cho Dung đi được sang Mỹ. Như tục lệ thường, có một bàn dành riêng cho những cây si thất tình ngồi buồn bã...

Khi tới Honolulu, chỗ mà Dung sẽ định cư trong một thời gian dài, Dung thật sự rất vui sướng khi đặt chân lên đất Mỹ, nhất là tại tiểu bang thứ 50 của Hoa-Kỳ, thiên đàng hạ giới mà Dung chỉ được đọc trong tiểu thuyết trước kia. Hawaii quả không hổ danh là thiên đường địa giới, bên kia là biển, bên là đồi núi, đẹp không thể tả được! Một lần lên đến đỉnh một ngọn núi ở Kauai, nơi mây quyện với đất trời cây cỏ và biển dưới chân núi, Dung tự nhủ là mình đã sống đủ khi nhìn thấy cảnh đẹp ở đây và có nhắm mắt cũng không hối tiếc.

Sau ba năm sống với Jerry, hai người nhận thấy không thích hợp với nhau vì Jerry không sung sướng với đời sống bên Mỹ và muốn trở lại sống ở các nước Á-châu. Dung đề nghị chia tay nhau và trả lại tự do cho nhau. Dung đang học lại để lấy bằng Cao Học về Khoa Học Thư Viện (Master of Library Science) và phải đi khắp nơi để xin học bổng cho người mới định cư ở Mỹ, đồng thời gửi bằng cấp Cử Nhân Giáo Khoa Văn Chương Anh Văn và bằng Cử Nhân Sư Phạm để xin vào học tại Viện Đại Học Hawaii. Sau khi Dung và Jerry ly dị, Dung phải chuyển sang học dạy Tiếng Anh Là Ngôn Ngữ Thứ Hai (Teaching English As A Second Language ESL) để mau ra trường đi dạy nuôi con ăn học. Cuộc sống khá vất vả cho một người mẹ độc thân (single mother) trên đất Mỹ. Dung phải dọn từ chỗ này sang chỗ khác để cho phù hợp với đồng lương kiếm được cho đến khi có được một chân dạy học kiêm trưởng ban về ESL tại một trường tiểu học công lập tên Aliiolani.

Dung lập gia đình thêm một lần với Richard Creech, một nhân viên về trợ cấp xã hội (welfare worker) và cũng là một nhà thơ. Cuộc hôn nhân cũng chẳng được lâu bền vì Richard là một người nghiện rượu. Anh ta rất dễ thương khi tỉnh rượu và trở thành ác quỷ khi say sưa (xin đọc bài viết "Mùa Xuân Trên Đỉnh Hawaii").

　　　　　　　　　　　　　　　　　Từ Dung

HÌNH ẢNH
LƯU NIỆM

Từ Dung

Từ Dung

Từ Dung

Từ Dung

Từ Dung

Từ Dung

                                    Từ Dung

Từ Dung

TỦ SÁCH
TỰ LỰC VĂN ĐOÀN
và các cây bút hậu duệ.
Nhóm Nhân Văn Nghệ Thuật
& Tiếng Thời Gian

Từ Dung

        Từ Dung

Từ Dung

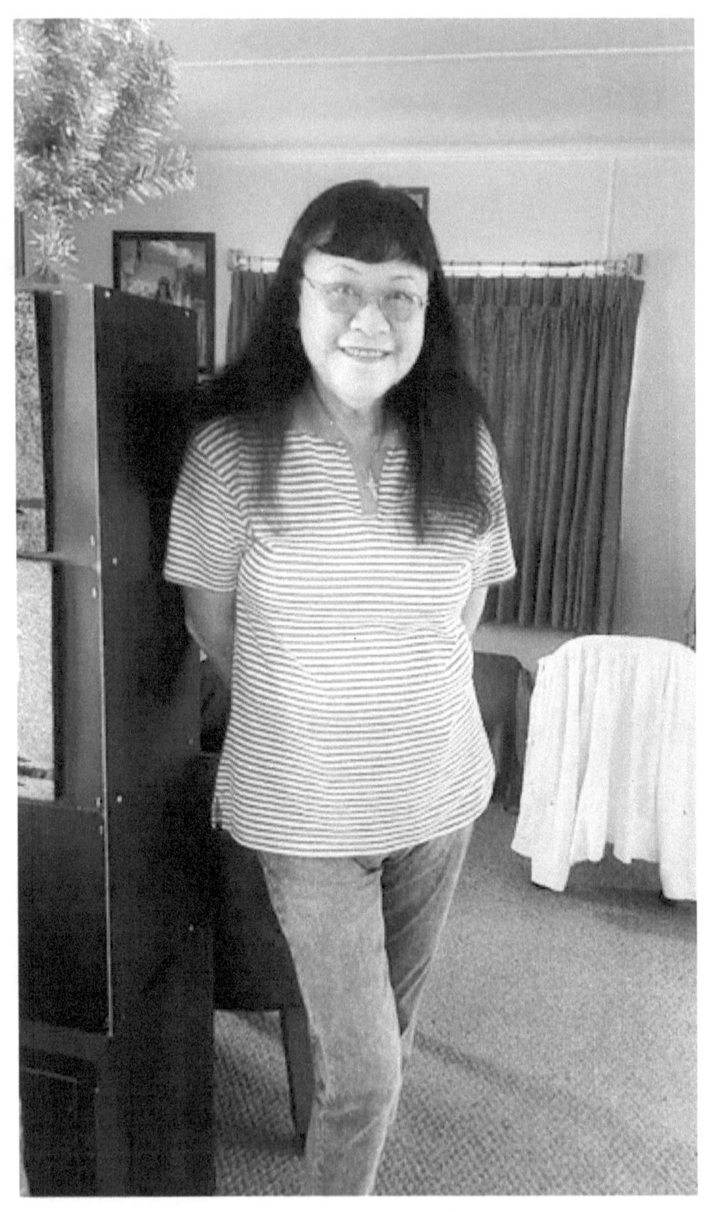

141   Từ Dung

Từ Dung

145

Từ Dung

Từ Dung

Từ Dung

VĂN & THƠ

Từ Dung

HAWAII -
MÙA XUÂN TRÊN ĐỈNH BÌNH YÊN

Hawaii, thiên đàng hạ giới. Hawaii lộng lẫy với đồi núi chập chùng một bên, biển mênh mang xanh ngát một bên, với muôn ngàn loài hoa khoe sắc quanh năm. Từ trên đỉnh Tantalus nhìn xuống Honolulu ban đêm, đèn đủ màu lấp lánh như những viên ngọc quý, trải dài và rộng dưới chân đồi. Khí trời lành lạnh mơn man da thịt làm tôi cảm thấy như trẻ lại. Niềm ham vui, ham sống trỗi dậy mạnh mẽ trong tâm hồn người đàn bà ngoài bốn mươi. Tôi vẫn là tôi của ngày nào. Rất xa xôi, thuở vừa mới lớn. Tôi muốn hát, muốn la to, nhảy múa trên đường phố và ôm hôn lên má bất cứ kẻ lạ nào với một bộ mặt thân thiện thản nhiên. Cảm giác đó tôi đã từng có khi mùa xuân Đà-lạt hiện diện trên từng cành cây, ngọn cỏ. Phải chăng mùa xuân vẫn là mùa xuân bất tận trong tôi. Dù ở Hawaii hay ở Đà-lạt, dù bao nhiêu nghịch cảnh đã đi qua trong cuộc đời.

Giờ này, tôi lại lang thang trên con đường dẫn tới nơi đã để lại nhiều ấn tượng cho tôi nhất: Pali Lookout! Gần tới đỉnh, mây bắt đầu như quấn quít ôm lấy thân hình mảnh khảnh tôi, tạo ảo tưởng của bồng lai tiên cảnh. Con đường ngoằn ngèo đầy sỏi đá, gió thổi vi vu làm tôi có cảm giác rờn rợn như tiếng gọi oan hồn ai lảng vảng. Đây là chỗ tế thần của vua Hawaii - Kamehameha - ông đã ra lệnh ném nhiều ngàn người xuống vực thẳm. Ở lookout, nhìn ra biển xa xa với nhiều sắc xanh đậm nhạt khác nhau, hài hòa với đồi núi ẩn hiện sau lớp mây; thật không bút mực nào tả xiết vẻ đẹp thiên nhiên đang hiện hữu ở thế giới trần tục này. Điếu thuốc trên môi, tôi thấy lòng ấm lại. Chiều nay, vị hôn phu của tôi - Charles - sẽ cho xe đến đón tôi đi dự buổi dạ vũ. Chiếc áo kim tuyến đã sẵn sàng trên mắc, chiếc vớ da người màu đen đã trải sẵn trên giường và son phấn sẽ được tô vẽ đầy đủ, thế nhưng tại sao tôi không thấy lòng vui tươi hớn hở như trước kia mỗi lần nghe sắp dự một buổi dạ vũ?

Khuôn mặt ưu tư, sầu muộn của Rich lại hiện ra. Đôi mắt đen sâu soi mói, đầy trách móc. Cuộc tình lôi cuốn như một cơn lốc. Những nụ hôn bằn bặt điên rồ, những lần yêu đương đắm đuối và chất ngất. Tôi gặp anh khi cơn đau của cuộc ly dị chưa lắng xuống. Tôi muốn chứng tỏ với tôi một điều gì. Tôi ngỡ tôi chỉ dùng anh để trả thù cái cảm giác cô đơn của hai năm chung sống

                                          Từ Dung

bên người chồng lạnh lùng, không một lần chăn gối. Có lần Rich bảo tôi: "Em đến với anh mau chóng, nồng nàn như thế này, và em tưởng đó là tình yêu, chỉ vì đã từ lâu không ai yêu thương ấp ủ em cả!"

Anh đã đau một lần trong dĩ vãng, rất đau, nên anh sợ tình yêu như con chim sợ cây cung, anh cố giữ tôi xa tầm tay anh, anh cố làm ra vẻ lạnh lùng, lãnh đạm. Nhưng tất cả những cố gắng đó đều vô ích, vì mỗi khi gần tôi, anh đã yêu tôi điên cuồng hơn là anh muốn thú nhận. Anh cũng không ý thức được rằng đó cũng là một mầm mống của thảm kịch sẽ xảy ra không tránh được cho anh trong tương lai. Cuộc tình của chúng tôi mạnh mẽ như thế, cả hai đều không muốn rời nhau một phút. Tôi đã can đảm thú nhận tình yêu của tôi cho anh và đến với anh bằng cả tâm hồn lẫn thể xác. Cho dù anh chỉ đến với tôi nửa vời, luôn luôn giữ khoảng cách, cho dù anh chưa hề thốt lên câu "Anh yêu em," nhưng tôi vẫn chấp nhận, bởi những săn sóc của anh cho tôi, những món quà, những đêm ấp ủ nhau, đã đủ cho tôi thấy anh cũng yêu tôi đắm đuối.

Trong thời gian đó, chúng tôi thường xuyên gặp nhau ở những quán rượu tối tăm với những ánh đèn màu soi nửa mặt người, với tiếng nhạc dìu dặt hoặc cuồng loạn, với bốn bức tường đầy tranh vẽ phụ nữ khỏa thân. Lúc mới đầu tôi cảm thấy thích thú vô cùng ví như luồng gió mát thổi vào vùng khô cằn sỏi đá; người chồng cũ của tôi không bao giờ cho tôi đi tới "bar" chơi như thế này. Tôi đã bị giam mình trong bổn phận người vợ và nhận chìm tâm hồn mình xuống đáy ly rượu. Ở sở làm ra, tôi và Rich ngồi đối diện nhau trong chiếc bàn nhỏ của quán rượu. Từ đó, tôi đã nhìn ra bộ dạng và con người thật của anh. Bình thường, anh e dè nhút nhát, rất ít nói. Sau vài ly đầu, anh cởi mở hơn, trở nên vui vẻ, dí dỏm như con người khác ẩn náu trong đáy tâm hồn anh. Càng uống, anh càng thay đổi, Mr. Hyde đã xuất hiện, nhận chìm Dr. Jekyll vào cõi vô thức. Trong cơn chếch choáng của men rượu, anh đã dằn vặt, ác độc với tôi đến độ mỗi lần rời anh, tôi đều khóc. Có vài lần anh bỏ mặc cho tôi rời quán rượu một mình và ngồi lại cho đến khi chủ quán đóng cửa.

Trong bốn tháng trời tôi sống như vậy, thay đổi từ những thứ Bảy, Chủ Nhật đầy hạnh phúc, tới những tối chìm đắm trong ánh đèn lù mù, tiếng nhạc, tiếng cười nói và không khí ngột ngạt. Tới một mức độ tôi không chịu đựng nổi nữa. Tôi tự bảo tôi phải thoát khỏi địa ngục này bằng mọi giá. Người tình đằm thắm đầy quyến rũ, Rich, chỉ là cái mặt nạ của quỷ Satan đang dang tay choàng lấy tôi, nhận chìm tôi xuống vực thẳm. Trong cơn mơ, tôi thấy tôi đang chạy trên một con đường sương mù bao phủ, cố đạt được tới ngọn đèn nhỏ bé ở đầu đường. Chạy tới nơi, tôi vui sướng biết bao khi thấy bóng người đứng đó. Ngỡ là anh, tôi lăn vào vòng tay anh mừng rỡ, cho đến khi tiếng cười ngạo mạn đánh thức tôi khỏi cơn mê và tôi nhận thấy mình đang ở trong vòng tay quỷ. Thế rồi việc gì đến đã đến. Nếu đêm đó chúng tôi đừng đi đến quán rượu, nếu đêm đó anh đừng uống những 10 ly, chúng tôi vẫn còn là của nhau. Nhưng chuyện đã xảy ra, anh say khướt, chửi rủa và nhục mạ tôi thậm tệ. Tôi bàng hoàng cả người, rồi tôi khóc thật say sưa. Khi anh vào restroom, tôi gom áo khoác, ví tay rồi lặng lẽ bỏ đi. Lần này tôi biết là vĩnh viễn.

Hai ngày sau, tôi phải hối hả đi tìm một chỗ ở mới ở Waikiki, để chạy trốn Rich. Nếu tôi không đi tìm nơi khác để mướn và lầm phòng, tôi đã không gặp Charles.

Từ Dung

Ngay từ cái nhìn đầu tiên, tôi biết rằng Charles thích tôi và chúng tôi sẽ còn gặp nhau. Tôi không ngạc nhiên khi anh trao tôi số phone trên cái bussiness card.

Charles giúp tôi dọn nhà và từ đó chúng tôi không thể rời nhau. Tôi vui sướng và hài lòng với cuộc tình mới, tươi sáng và đơn giản. Rich và tôi vẫn trao đổi thư từ với nhau qua hệ thống E-mail của sở vì chúng tôi làm chung một sở. Từ khi rời xa Rich mỗi sáng tôi không còn có thói quen rộn ràng mở máy computer để thấy dấu hiệu mail chào đón tôi cũng như những dòng chữ thân yêu của anh nữa. Rồi đến một hôm tôi nhận được E-mail trở lại, những cú phone của anh. Anh đã đầu hàng và xin quay lại, anh buộc tôi là có thể vặn tắt tình yêu như một ngọn đèn, anh không biết rằng cuộc đời tôi quá nhiều đau khổ, tôi phải tôi luyện trái tim tôi để có thể quên anh đi một cách dễ dàng. Anh đã tự hủy hoại cuộc đời anh trong men rượu, từ trước khi tôi xuất hiện và có lẽ sau này khi tôi đi khỏi. Anh hứa với tôi chừa rượu vĩnh viễn nếu tôi trở lại, nếu một lần, một lần anh được nắm tay tôi, thương yêu tôi. Đã quá muộn. Tôi đã thuộc về người khác. Anh buộc tội tôi ham tiền, thay đổi. Anh không bao giờ tự thú rằng, vì anh, vì chính con người xác thịt yếu đuối của anh mà tôi phải rời xa, phải chạy trốn!

Tôi nhìn xuống khuôn mặt bất động của anh, xanh xao và bình thản, đôi mắt nhắm nghiền, đôi môi đỏ lạ lùng dưới bộ ria chính tay tôi cắt tỉa không còn máu, cặp kính nát loang loáng phản chiếu ánh sáng, mái tóc hoa râm mà tôi đã từng vuốt ve và hôn trong đêm. Cảm giác trong tôi hoàn toàn tê dại, chỉ còn lại một nỗi buồn mênh mang không bờ bến.

Chuông điện thoại reo lên khi tôi đang ở trong vòng tay Charles. Nhấc điện thoại lên tôi ngỡ ngàng không hiểu người đầu dây nói gì. "Cô có biết một người tên R.C? Anh ta rớt xuống vực Pali Lookout chết đêm hôm qua. Trong túi áo có thơ cho cô và số điện thoại. Nhờ cô đến nhận dạng xác. Anh ta còn thân nhân nào khác không?

Luồng gió mát từ biển đột nhiên trở nên lạnh buốt như nụ hôn của thần chết. Tôi khẽ rùng mình. Tôi mơ hồ cảm thấy bàn tay của anh mơn man trên da thịt tôi. Tôi sẽ nói với Charles tôi không dự buổi party đêm nay. Đối với tôi, không còn mùa xuân trên đỉnh bình yên Hawaii nữa, chỉ còn mùa đông giá lạnh như vòng tay của anh dưới đáy mồ.

Từ Dung Creech

NHỮNG NGÀY THÁNG Ở HAWAII

(Bài được đăng trên Đặc San Hội Ái Hữu Trường Gia Long - Xuân Giáp Tuất 1994)

Trời vẫn xanh biếc và mây vẫn trắng như những cụm bông gạo. Gió "trade winds" lồng lộng thổi làm tung bay tóc tôi. Lang thang một mình trên bờ biển, tôi chờ đợi những đợt sóng chồm lên ôm lấy đôi chân trần rám nắng.

Đã từ lâu tôi xa lánh cộng đồng Việt Nam ở đây, sống lủi thủi với gia đình và một số bạn Mỹ hoặc "local" lèo tèo. Đôi khi tôi qua chơi các tiểu bang khác ở "mainland" (đất liền Hoa-kỳ), nhưng thời gian ở đó quá ít để tôi có thể nhận định tình hình rõ ràng. Qua những lời kể lại, tôi chỉ biết rằng sự phân hóa đã ăn sâu vào những hội đoàn ở đó, và mọi thành viên của mỗi hội đoàn đều cho mình là chúa tể, nên khó có thể có sự đoàn kết bên trong cũng như giữa các hội đoàn. Đó cũng là tình hình chung của giới người Việt trên xứ sở Mỹ này. Giới học sinh, sinh viên thì ít có thời gian để nhớ lại nguồn gốc, vì đời sống bận rộn ở cái nước văn minh vật chất đầy đủ này đã chiếm hết sinh lực và thời gian, nếu có một chút tâm hồn yêu quê hương thì cũng dễ bị soi xói mòn bởi guồng máy vật chất ấy.

Tôi tạm sống với nghề gõ đầu trẻ, phần lớn thời giờ dành cho việc lên ngạch trật và học để bổ túc nghề nghiệp. Vì dạy ngành ESL, tôi có nhiều dịp để tiếp xúc với phụ huynh học sinh các nước khác và nhất là Việt Nam. Mục đích của tôi khi đến thăm phụ huynh là để nối một nhịp cầu thông cảm giữa cha mẹ và các em, cố gắng san bằng những mâu thuẫn tạo nên bởi sự khác biệt giữa hai nền văn hóa Việt Nam và Mỹ mà các em dĩ nhiên hấp thụ mau chóng hơn bậc cha mẹ.

Nhưng tôi vẫn cảm thấy tinh thần thiếu thốn, vì với bản tính nghệ sĩ phóng túng, tôi cảm thấy ngột ngạt vì bị gò bó trong khuôn khổ của nghề dạy học. Tôi tạm quay sang viết thơ và nhạc, một số nhạc phẩm bán-Hawaii của tôi được một ban nhạc địa phương ưa thích và đang mời tôi cộng tác làm CD, nhưng cũng chưa có thời giờ thực hiện nổi. Giáng Sinh vừa qua sang chú tôi chơi ở Santa Ana, và bị chú tôi tra vấn về hoài bão của con gái họ Nguyễn Tường, tôi kể ra những dự định cá nhân như viết nốt cuốn tiểu thuyết dở dang cũng như ráng hoàn thành

                                          Từ Dung

cái bằng Cao Học Giáo Dục (Master of Education), nhưng chú bảo rằng con phải làm gì hơn nữa cho đất nước và tôi cảm thấy hổ thẹn về đời sống tập trung về cá nhân của mình. Chú tôi cũng muốn lập một hội văn hóa và vì trọng tuổi nên muốn các con cháu kế thừa sự nghiệp đó. Điều khó là anh em rải rác, mỗi người một phương và bận rộn sinh kế, khó lòng quy tụ lại, dù cho tâm huyết có cao nhưng hoàn cảnh không cho phép thì cũng dễ ngã lòng bỏ cuộc.

Với tôi, ai sẽ là người đồng hành cho những ngày gian khổ trước mặt? Nhìn chung quanh toàn là phường giá áo túi cơm, chỉ hy vọng rằng các anh em Nguyễn Tường vẫn còn nhiều và còn nhiều nhiệt huyết, chỉ cần quy tụ lại?

Thế là vừa về Hawaii, tôi lao đầu vào các hoạt động xã hội, văn nghệ, cố lờ đi những tiếng chuông cảnh cáo của giới bạn bè trí thức ở đây rằng, tình trạng ở Hawaii khá phức tạp. Tôi muốn thử ở môi trường nhỏ bé này, thử người và nhất là thử chính mình và khả năng của mình.

Đoạn Một

Chủ Nhật đó tôi thấy mệt trong người. Đã gần đến ngày bãi trường trước nghỉ hè và công việc giấy tờ chồng chất không cho tôi một chút thì giờ nghỉ ngơi. Ban văn nghệ dưới sự điều khiển của tôi và Thúy Huyền còn lèo lèo nên tôi ráng đi vì sợ các em gia nhập mất tinh thần. Tuy nhiên tôi cũng nhận thấy có một sự cạnh tranh ngấm ngầm nên không thấy thoải mái vì bản tính tôi không thích cạnh tranh với ai cả. Cả những ý kiến tôi đưa ra đều bị lờ đi nên tôi cũng không thấy phấn khởi cho lắm vì tôi biết tôi thừa sức để tập dượt cho một ban văn nghệ hình thành.

Căn nhà để tập hát tọa lạc trên một khu vực vắng vẻ tại vùng Kaimuki, gần trường tôi dạy học. Ngoài sân có một cây xoài to xòe những tán lá che mát. Chúng tôi hay lượm những quả xoài rụng xem quả nào chưa bị bầm dập. Dù Hawaii có nóng thế nào, chỗ này gần thung lũng Palolo và núi, nên lúc nào cũng mát rượi, có thể nói là lạnh nữa. Tôi luôn luôn phải nhớ mang theo áo ấm để phòng thân.

Vừa bước vào tôi đã thấy không khí có vẻ sôi động hơn mọi khi. Có một vài khuôn mặt lạ nhưng cũng có một vài khuôn mặt mới nhưng quen. Giọng hát của Cường vang dội qua âm thanh của chiếc micro. Cường cũng là một nhân vật thứ dữ ở đây, chúng tôi gọi anh là bố già vì các con anh điều khiển các băng đảng ở Honolulu. Cường đã có... hai vợ nên tôi lờ anh ta đi dù nhiều lần anh ngỏ ý mời tôi đi chơi. Tuy lớn tuổi nhưng Cường trẻ tâm hồn và mê ca hát.

Hát xong, Cường chạy ra nắm lấy tay tôi và tôi cũng thấy thích thú có thêm người quen để đối thoại cho đỡ buồn chán. Cang, một thành viên hội đoàn đỡ đầu ban văn nghệ cũng thấy phấn khởi hơn vì chính Cang đã cất công mời được những người bạn mới. Cang cũng có tâm hồn trẻ, anh ta nhiệt tình, quá nhiệt tình khi được giao một trọng trách gì vì anh phải tự chứng tỏ là khoảng cuối của cuộc đời anh còn thực hiện được phần nào những hoài bão của anh.

Thúy Huyền đang bận rộn bàn soạn chương trình với ban tổ chức. Tôi ra bàn lấy một miếng pizza, hội đoàn vấn đề tài chính còn khiêm nhượng nên lúc nào

                                                        Từ Dung

cũng chỉ có pizza, chỉ sau này mới có một vài Mạnh Thường Quân bỏ tiền và thực phẩm giúp đỡ.

Chung quanh mọi người đã bắt đầu tập dượt phần trình bày của họ. Tôi ngồi xuống ăn và nhìn chung quanh, quan sát từng người một. Hiền, người bạn nhạc sĩ đơn sơ và hay buồn của tôi đang chơi những bản do chính anh sáng tác. Tội cho anh là anh có phổ biến những bài hát của anh mà không ai hưởng ứng, trong đó có tôi. Tùng, một người nhạc sĩ khác đang đệm guitar cho một em hát đơn ca. Bên kia, nhạc sĩ lục huyền cầm đang bàn soạn một bản vọng cổ với một cặp song ca cải lương. Vài thành viên của hội đoàn đến để yểm trợ tinh thần các anh em nghệ sĩ đang sôi nổi bàn tán về vụ tổ chức chung ngày với hội đoàn của cô Nga Mi, cô này, làm rầm rộ, dán bích chương khắp nơi và cho người phát giấy mời cho công chúng tại khắp chốn ở Chinatown. Có thêm một vài khuôn mặt mới, trong đó có một bộ mặt khắc khổ và cau có như mang một ẩn khuất gì không nói ra được. Cặp mắt anh ta có một nét gì bất bình thường, và anh ta cũng đứng xa lánh khỏi mọi người khác. Dường như không ai chú ý nhận ra rằng nhân vật này có thể đem lại rắc rối cho đoàn trong tương lai. Sau này tôi được biết tên anh là Phương.

Có một giọng hát nam-âm, thầm và êm ái cất lên làm cắt dòng tư tưởng của tôi. Giọng hát này không show-off, cũng không điệu bộ, mang một sắc thái đặc biệt, mới nghe thì chưa thấy gì lạ, nhưng càng nghe thì càng thấm. Tôi quay sang tìm người hát. Nửa khuôn mặt chìm khuất trong bóng tối, anh cầm đàn tự đệm lấy. Bài hát anh chơi là một bài hát tôi đã từng nghe từ lâu lắm, gợi lại những vang âm từ cõi tiềm thức tưởng đã từ lâu vùi chôn trong dĩ vãng. Tôi tự nhiên thấy lòng buốt nhói như một con dao sắc nhọn chạm vào vết thương đã kín da. Anh cúi mặt nhìn vào bản nhạc, đôi mắt buồn như mang những khúc mắc của thời đại. Khuôn mặt xương xương mang một nét khiêm nhường và dè dặt. Những ngón tay mảnh khảnh vờn chơi vơi trên những phím đàn một cách dễ dàng và ung dung. Tôi thầm nghĩ, mong anh này gia nhập ban hợp ca.

Tất cả mọi người đã đứng dậy để bắt đầu tập hợp ca. Cang giới thiệu mấy người bạn mới với các bản hát, các anh sẽ tăng cường bằng vài bài đơn hay song ca. Anh Cường thuộc nhóm nhảy dù mũ đỏ sẽ hát bài "Đêm Nguyện Cầu." Tôi bèn nhân dịp này chen vào mời ba anh mới vào hát chung. Các anh tuy hơi ngại ngần nhưng rồi cũng vui vẻ nhận lời. Thúy Huyền một mặt đứng ra điều khiển ban hát, một mặt thì phối hợp những tay ban nhạc để giữ vững những nhịp vào, ra. Tôi cũng phụ giúp cô ta luyện cho những em yếu và hướng dẫn các anh mới gia nhập. Tôi cảm thấy vui vui như tôi chưa từng cảm thấy trước đây trong những lần tập trước. Các anh mới dễ dàng theo những dòng nhạc này vì thực sự ra các anh ở lớp tuổi đó không nhiều thì ít cũng đã nghe những bài hát đó.

Hôm đó tôi ra về với Thúy Huyền. Cô này cố níu kéo tôi một mặt cũng vì cần sự hợp tác của tôi, một mặt vì cô muốn tâm sự với tôi một điều gì chăng? Dường như những người biết tôi đều thích tâm sự với tôi nhưng tôi chưa tìm thấy ai để tâm sự.

Tôi và Thúy Huyền tắp vào một quán karaoke mới mở, quán này có những thế dựa khá thoải mái. Không khí lù mù khói thuốc. Một bản nhạc ngoại quốc quen thuộc đập vào tai tôi vang dội. Chúng tôi chọn một bàn

                                          Từ Dung

trong góc vắng vẻ. Thúy Huyền thú nhận rằng vì sự lơ là, thiếu thủy chung của chồng mà bốn đứa con của họ tuy đều đã lớn rồi nhưng Vinh, chồng cô, vẫn ăn chơi. Sẵn thói quen chiều chồng và phục vụ cho chồng, Thúy Huyền tạo cho anh ta ý nghĩ rằng anh phải được ưu tiên mọi mặt. Tôi có cảm tưởng còn nhiều khúc mắc hơn là những gì cô kể, nhưng cũng chỉ có lời khuyên là nên vun xới hơn là đạp đổ một gia đình có cơ sở vững chắc như gia đình cô. Chúng tôi hát một số nhạc Việt và ngoại quốc, phần nhiều là nhạc buồn, vì hai đứa đều có tâm sự riêng.

Hôm ấy tôi ra về và cảm thấy lòng man mác, như tôi đã từ lâu không cho phép tôi có những cảm xúc đó. Tôi tự đặt cho tôi những mục tiêu trong cuộc đời để đạt tới, và gạt qua một bên những cảm xúc vô ích và lôi kéo mình xuống. Trách nhiệm với hai đứa con tôi là chuyện ưu tiên, mặc dù đứa lớn đã sống riêng. Luôn luôn bị kẹp giữa hai thế giới khác nhau, tôi cảm thấy tôi chỉ là kẻ đi ngoài lề và không bao giờ thuộc về thế giới nào. Chịu ảnh hưởng văn học Tây-phương từ thuở nhỏ, tư tưởng tôi đã thấm nhuần triết lý Tây-phương, nhưng những cảm xúc của tôi vẫn là những cảm xúc của người Việt Nam, nên hạnh phúc chỉ như một chiếc bóng mà tôi theo đuổi mà không bao giờ đạt được. Trong các cuộc hôn nhân trước của tôi, những người chồng cũ chỉ hội tụ được một trong những yếu tố mà tôi tìm kiếm ở người yêu lý tưởng, nên tôi vẫn là tôi rong ruổi lang thang, tìm niềm vui trong chính sự cô đơn của mình, vì tôi còn sợ sự tầm thường hơn cả nỗi cô đơn. Riết rồi tôi tìm thấy vẻ đẹp trong sự đơn độc đó và định đoạt sẽ sống khoảng cuối đời một văn sĩ lang thang như tôi vẫn mơ thuở nhỏ.

Đoạn Hai

Mở voice mail ra xem có ai gọi mình không, tôi nhận ra giọng nói quen thuộc của Bill, người có thể gọi là gần tôi nhất trong những ngày gần đây. Chúng tôi cũng là giáo chức mặc dù Bill dạy trung học và tôi tiểu học. Chúng tôi đến với nhau vội vàng vì cả hai đều cô đơn. Bill có đôi mắt đẹp đã quyến rũ tôi lúc mới gặp. Nhưng trong cuộc liên hệ tình cảm tôi thấy một sự thiếu thốn và trống rỗng mênh mang và cứ phải gượng gạo tiếp tục vì tôi không biết làm gì hơn. Tuy nhiên tôi biết chẳng sớm thì muộn chúng tôi cũng tan rã vì chúng tôi không chia sẻ chung một nền tảng văn hóa và tôi còn cảm thấy cô đơn hơn khi tôi một mình.

Ban văn nghệ xôn xao sửa soạn cho ngày trình diễn. Chúng tôi gặp nhau dường như mỗi ngày để dượt, dượt rồi tổng dượt. Một số em mới vào nên nhiều khi phải ở lại để dượt thêm cho các em. Mọi người đều nôn nóng nên không tránh được đụng chạm vì thần kinh căng thẳng.

Hôm đó Phương, người tôi nhắc đến ở trên đột ngột phê bình rằng lời các bài hát đều sai. Thúy Huyền chạm tự ái nên cãi lại. Cang, luôn luôn bênh vực Thúy Huyền nên lớn tiếng với Phương và hai người lớn tiếng cãi cọ. Một lát sau mọi người dịu xuống và chúng tôi tiếp tục tập dượt. Đó là cái ngòi sẽ châm thuốc nổ cho sự xung đột trong buổi trình diễn.

Tập xong mấy bài hợp ca, chúng tôi ngồi túm lại từng nhóm hoặc để nói chuyện hoặc để hát nhạc tình yêu, đề tài muôn thuở mà ai cũng thích. Tùng đệm đàn cho tôi vì anh biết nhiều bài hát. Tay đàn mới, Thụy, có một giọng hát truyền cảm đặc biệt mà tôi đã trình bày ở trên, cùng tôi hát từ bài này qua bài khác. Thực ra Thụy

165

là một họa sĩ, đồng thời làm mẫu vẽ cho một số cơ sở áo thun hoặc thủ công nghệ Hawaii. Điều làm tôi chú ý đến anh là vẻ trầm ngâm lặng lẽ và những lời góp ý rất nhẹ nhàng khiêm tốn tuy không thiếu thực chất. Một đôi khi đang hát tôi bỗng ngẩng lên và bắt gặp nụ cười nửa vời và ánh mắt long lanh của anh, giống như một tia sáng lóe lên trong đêm tăm tối.

Đêm trình diễn đã đến. Tôi phải đi học một khóa dành cho giáo chức nên về nhà vào khoảng ba giờ chiều. Tôi vội vã vẽ mặt mày. Đã lâu không làm quen với thỏi son, hộp phấn, bút chì kẻ mày nên tôi hơi vụng về. Tất cả nhắc nhở tới thuở xa xôi khi còn là nữ danh ca của cặp song ca Từ-Từ và mỗi đêm phải ngồi cả giờ trước bàn trang điểm. Bản tính đơn giản nên tôi không thấy thú vị gì trong việc này. Thậm chí có hôm tôi còn gắn lông nheo ngược và bị cô ca sĩ Khánh Ly gọi vào trong gắn lại.

Gần đây người đưa đón tôi là Thụy, mặc dù không ai phân công tác này cho anh. Đêm nay tôi cũng chờ anh đến đón tôi. Tim tôi đập theo một nhịp hơi khác thường, chắc có lẽ lo âu về sự thành công của buổi diễn. Tôi mặc áo dài trắng để hát hợp ca và mang theo áo đỏ để hát đơn ca.

Chúng tôi bị kẹt xe nên đến tưởng là trễ mà cũng còn sớm chán. Tôi mang hộp bia cho Thụy rồi trò chuyện với vợ Cường. Hôm nay hai vợ chồng ăn mặc bảnh bao đẹp đẽ. Thúy Huyền buồn vì Vinh không đến để chứng kiến sự thành công của cô. Tôi cảm thấy vui tươi hớn hở và tự hỏi sao cuộc trình diễn gượng gạo vá víu này có thể nâng đỡ tinh thần tôi đến như thế?

Các bạn tôi đã rục rịch đến. Tôi chỉ mời một số bạn thân thật sự muốn ủng hộ tôi đến độ trả gần 30 đồng để nghe một loại nhạc tuyên truyền chiến đấu như vậy. Bill cũng đến và tôi đặt anh ngồi cùng bàn với hai vợ chồng anh Đáng - Điệp, bạn dạy học của tôi và con gái tôi. Vợ chồng anh Đáng ngoảnh mặt ra hai phía vì anh vẫn còn giận chị vụ bỏ anh ra đi trước đây. Tôi đã phải nói khéo để anh cho phép chị đi dự buổi trình diễn này.

Tôi không khỏi nghĩ đến buổi trình diễn của cô Nga Mi, cùng giờ cùng ngày bữa nay. Sự việc bắt nguồn từ sự bất hòa giữa Nga Mi và Thúy Huyền cùng một số anh em khác trong hội. Ngày đầu đến tập hát tại nhà Nga Mi, tôi đã nhận thấy không khí ngột ngạt giữa hai cô ca sĩ (mà trước đây tôi chưa từng nghe thấy tên). Hai cô cùng muốn đứng ra điều khiển nên nghinh nhau ra mặt. Tôi bước vào một cách ngỡ ngàng vì anh Hiền, người mời tôi hợp tác không có mặt ở đó. Cả hai cô cùng lôi tôi về phía họ nhưng tôi đi theo Thúy Huyền vì ít ra cũng biết cô này trong một cuộc trình diễn. Cuộc tập dượt hôm đó là một sự đọ kiếm giữa hai cô ca sĩ, mà đáng lẽ phải bắt tay hòa hợp cho sự lợi ích chung của anh em. Nếu không vì giữ lời hứa với anh Hiền, người bạn chân tình của tôi, thì tôi đã bỏ về.

Quả nhiên lần sau khi tôi thoái thác bận không đến thì sự bất hòa âm ỉ giữa hai cô và các anh em khác bùng nổ, kết quả là hai bên tách rời.

Bàn khách danh dự bên kia dành cho các nhân vật quan trọng, trong đó có tướng Lê Tùng, một vị tướng Mỹ đã từng chiến đấu ở Việt Nam, một ông cựu dân biểu Hawaii, một ông đang tranh cử nghị sĩ Mỹ, và vài nhân vật lãnh đạo trong các hội Việt Nam. Mỗi hội đoàn đều cử người lên đại diện để ngỏ ý về ngày lễ. Tôi thấy buồn cười vì luận điệu nhai đi nhai lại. Thật thất vọng vì cứ ngỡ trình độ của cử tọa ở đây có khá hơn thế. Đất nước đã mất vào tay Cộng Sản, giờ đây cứ chửi bới hoặc kêu gọi đấu tranh thì cũng phải nghĩ là đấu tranh ra sao để thắng lợi, chứ nếu nói khơi khơi thì ai chả nói được?

Một hình ảnh hiện lên trong óc tôi, người cậu quắc thước, đầu ngẩng cao bất khuất đi bên những người tù Chí Hòa khác cúi gằm đầu buồn tủi. Khi đất nước còn những người như cậu... Hình ảnh khác của chú Út tôi họ Nguyễn Tường, dù đã trọng tuổi vẫn say mê sáng tác, làm việc chiến đấu cho dân tộc, cho đất nước, không tự cho phép mình nghỉ ngơi. Tôi tự xấu hổ thấy còn nghĩ đến cá nhân quá nhiều và chưa đủ nghị lực để vượt thoát cái màng lưới của xã hội Mỹ nó dần dần xói mòn lý tưởng và giấc mơ của những người yêu nước.

Trước mắt tôi bỗng hiện lên một hình bóng khác, một người gần bên tôi chỉ trong gang tấc, mà qua những lời lẽ trao đổi, tôi thấy nhen nhúm một tia hy vọng. Tôi tự nhủ, đây ắt hẳn phải là một người khác thường, và có lẽ những khúc ngoặt quanh co của định mệnh đã dẫn tôi đến gặp gỡ người. Con người này có thể chia sẻ với tôi những bài ca tình yêu lãng mạn nhất, những ngày rong chơi quên không gian và thời gian, nhưng cũng có thể là người soi sáng lối đi cho tôi trong những đêm trường mịt mờ tăm tối.

Nhưng đó chỉ là những cảm tưởng, vì chúng tôi chưa có thì giờ để nói chuyện với nhau nhiều ngoài những bài hát chúng tôi sáng tác chung. Tôi biết rất nhiều cặp mắt theo dõi chúng tôi và thắc mắc về sự liên hệ giữa chúng tôi, vì nhiều mục đích khác nhau. Thụy và tôi lờ đi như không biết, và chúng tôi còn thích thú vì những thắc mắc có chen lẫn ghen tuông trong đó. Bao giờ cũng thế, những cái gì đẹp và vượt khỏi tầm suy nghĩ của người đời luôn luôn bị họ cố tình bôi nhọ hoặc dìm xuống. Tôi nghĩ ở trường hợp của chúng tôi họ sẽ thất bại vì cả hai chúng tôi đều vững tay chèo lái.

Đáng mời tôi ăn cơm và nhắc nhở đến Trần. Trần không phải là Chủ-tịch của Cộng Đồng Việt Nam nhưng thật ra anh làm tất cả mọi việc. Anh là một nhà trí thức ở đây, tôi có dịp đọc những bài anh viết về giáo dục, phải công nhận anh học cao, hiểu rộng và có tài. Nhưng phần lớn những người Việt ở đây, nhất là giới trí thức, bác sĩ, luật sư thì ghét anh cay đắng. Họ bảo tôi anh không những có một cuộc đời tình ái lăng nhăng mà còn dùng những thủ đoạn đê tiện để chụp mũ người khác. Còn có dư luận cho rằng chính anh có những luận điệu và hành xử như Việt Cộng, nên có lẽ anh thật sự thiên tả chăng? Nói tóm lại ai nấy đều tìm mũ mãng để chụp cho nhau và quanh đi quẩn lại, cũng từng ấy người ngồi nhìn nhau bôi bác.

Càng đi bên nhau tôi càng cảm thấy quý mến Thụy, và tình cảm len lén đến như những cơn mưa phùn lặng lẽ. Giai đoạn tuyệt vời nhất của cuộc tình là giai đoạn chưa thổ lộ tình yêu cho nhau, và chỉ trao cho nhau những ánh mắt đầy ý nghĩa. Tôi cũng không muốn thúc đẩy sự việc, vì những rung động mong manh như tơ trời đó không phải dễ mà có được, và từ lâu rồi tôi chưa cảm thấy bị ảnh hưởng mạnh mẽ như thế bởi bất cứ ai.

Nhưng cuộc đời là những vấn đề thực tế vẫn phải được giải quyết. Đã từ lâu tôi muốn rời bỏ cái thiên đàng địa giới đất đỏ này để sang với họ hàng bè bạn ở miền Nam California, hầu để hoạt động và được gần gũi cậu tôi vì ông đã luống tuổi rồi, cũng như tạo lập cho con

                                              Từ Dung

gái tôi một môi trường mới cho tương lai của nó. Tôi mới nhận được giấy mời sang phỏng vấn của một district (học khu) bên đó về đúng ngành nghề dạy của tôi, và đã mua vé để đi trong tuần tới. Đêm trước ngày tôi đi, chúng tôi đã ngồi bên nhau lặng lẽ trên đỉnh đồi Tantalus và tôi chờ anh nói với tôi một điều gì, một điều mà chỉ tôi và Thụy hiểu, và tôi sẽ sẵn sàng từ bỏ hết những giấc mơ của thuở ấu thơ, những nguyện vọng điên rồ lãng mạn mà tôi vẫn ôm ấp, để ở lại đây bên anh và biến giấc mơ của anh thành giấc mơ của chính tôi, và hoàn thành sứ mạng cao cả của chiếc xương sườn của chàng Adam này.

Đã sắp đến giờ máy bay cất cánh nhưng chúng tôi vẫn ngồi nấn ná bên nhau, khói thuốc vương vương trong không gian và tôi thấy cay mắt. Thụy cũng trầm ngâm hơn bao giờ, đôi mắt anh nhìn tôi như muốn nuốt chửng hình bóng tôi để tôi còn hiện hữu trong anh mãi mãi. Hai bàn tay chúng tôi đan nhau chặt chẽ như không bao giờ muốn rời.

Có tiếng loa gọi tới chuyến bay của tôi và mời khách lên phi cơ. Tôi bỗng thấy cặp chân nặng trĩu như treo đá. Dù biết rằng lần này chỉ đi để phỏng vấn nhưng tôi cũng biết rằng mình sẽ được tuyển và sẽ rời đất Hawaii mãi mãi.

Chúng tôi bước song song bên nhau vào phòng đáp máy bay. Sắp đến cửa hành lang dẫn lên phi cơ, tôi ngoảnh lại định hôn Thụy từ giã. Bỗng nhiên anh nắm tay tôi thật chặt và kéo tôi sang một bên để tránh đám đông đang chờ đáp máy bay. Anh nhìn vào mắt tôi thật sâu, bàn tay anh quấn quýt siết chặt làm đau tay tôi, và anh thầm thì điều tôi mong đợi.

Nhìn ra cửa sổ máy bay, tôi hẹn sẽ tái ngộ đất Hawaii. Tôi cũng hơi lo sẽ không biết trả lời các anh em bên đất liền ra sao về chuyện từ chối chỗ dạy học tốt đẹp mà họ đã cố công tìm kiếm cho tôi, nhưng khi họ biết tại sao, chắc họ sẽ thông cảm. Màu xanh của bầu trời ngoài kia dường như tươi thắm hơn bao giờ và lòng tôi rung lên một âm điệu thiêng liêng như một bản tình ca cuối cùng.

* Những biến cố và nhân vật trong truyện ngắn "Những Ngày Tháng Hawaii" là hoàn toàn do sự tưởng tượng. Nếu có những trùng hợp là ngoài ý muốn của tác giả.

Từ Dung

LẮNG NGHE NHỮNG BÀI HÁT CA TỤNG HẢI ĐẢO

Từ Hạ-uy-di thơ mộng thần tiên, tôi gửi về bè bạn tôi bên đất liền tiếng chào "Aloha" thân ái.

"Aloha," "Mahalo," hai tiếng đầu môi của những cư dân hải đảo. Xứ du lịch nên người nào người nấy đều có nụ cười mở rộng hoặc chúm chím trên môi, hoặc vòng hoa rực rỡ quanh cổ, hoặc tiếng chào đón ấm lòng khách lạ. Thế cho nên khi bước xuống phi trường Los Angeles trong cái tiết trời giá buốt của tháng Chạp, tôi cứ ngây thơ tưởng rằng sẽ mang một chút nắng ấm tình người của Hawaii cho lạ bằng nụ cười tươi tắn nhất và lời chào hỏi nồng nhiệt "How are you doing?" Để rồi được đáp lễ bằng những cái nhìn lạnh nhạt có ngụ ý "Are you nuts?"

Nhưng đó chỉ là bề ngoài thôi các bạn ạ, vì không phải tất cả Hawaii đều ấm áp tình người như khí hậu của Quần đảo 7 chiếc này đâu, bên trong đảo cũng có những ngọn lửa âm ỉ cháy như những núi lửa đang nghỉ ngơi chờ ngày vùng sống dậy.

Hải đảo Hawaii có nhiều sắc dân, nhiều văn hóa khác nhau này được mệnh danh là chiếc nôi pha trộn văn hóa (melting pot) nơi mà tất cả các món ăn tuyệt tác trên thế giới được pha lẫn lộn để khách sành ăn thưởng

Từ Dung

thức. Thực ra thì sự pha trộn này đã không tạo tác được một hòa hợp kỳ diệu như ý muốn, mà dường như mọi gia vị, mọi nhiên liệu đều tách riêng ra một cõi, nếu không muốn nói là kèn cựa cạnh tranh lẫn nhau.

Sắc dân nổi bật nhất ở đây là "Dân của Xứ Mặt Trời Mọc," giống người mà hầu hết trên thế giới đều e ngại vì sức mạnh dân tộc của họ. Nếu dân Việt Nam ta, với bộ óc thông minh sẵn có mà học được của họ "dân tộc tính" này thì có lẽ sẽ tiến bộ hơn chăng? Nếu ở đây, bạn không có last name là Hiroshima hay Yamassaki thì con đường tương lai của bạn hơi chông gai đó, hoặc bạn sẽ phải cạnh tranh kịch liệt hơn để tồn tại. Nếu bạn da vàng thì còn đỡ, chứ còn da trắng hay da đen là thiểu số đó! Ở bất cứ cơ sở nào, nhất là nhà nước, hầu hết các anh chị chóp bu đều là Nhật-bổn, còn các anh lao động tay chân là các anh Phi-luật-tân. Phần lớn người Việt Nam thì chạy taxi hoặc buôn bán.

Hiện nay cuộc tranh cử chức Thống Đốc (Governor) đang kịch liệt giữa anh gốc Phi-luật-tân Cayetano, Thống Đốc hiện tại, anh Frank Farsi và chị Linda Lingle. Dường như chị Lingle đang thắng thế. Anh Cayetano khi vận động cho mình mang ra cả vụ thi tuyển Hoa Hậu Thế Giới vừa rồi tổ chức ở Hawaii với hình ảnh các nàng mặc áo tắm uốn éo đi lại.

Cộng đồng Việt Nam mình? Cũng có nhiều chuyện sôi động xảy ra. Vụ bắt bớ phạm luật tiêu thụ Food Stamp vừa rồi tại Chinatown là một vết nhơ cho người Việt, vì những người vi phạm đều là người Việt. Các anh Phi-luật-tân cũng phạm luật như điên nhưng họ khôn khéo và bảo vệ nhau chặt chẽ nên không bị bắt quả tang.

Các anh nghị sĩ dân biểu nhân dịp vận động tranh cử này cố gắng đi sâu, đi sát vào lòng dân bằng cách xuất hiện tại những tổ chức văn nghệ, lễ lạc để phòng kiếm phiếu. Đó cũng là chuyện dễ hiểu, chỉ sau khi các anh đắc cử rồi mới biết các anh thương dân ra sao!

Trung Thu sắp đến các Hội Đoàn ráo riết tập dượt để góp vui Trung Thu. Đề tài cần phải nhắc nhở nhân dịp lễ này là sự lơ là của các bậc phụ huynh trong việc cần phải chăm sóc tinh thần các con trẻ, đã quên lãng đi những ngày lễ có tính cách Quê Hương. Từ Dung cũng nhân dịp này gửi một kịch bản ngắn với tên "Chiếc Lồng Đèn Bươm Bướm" cho Ban Văn Nghệ Quang Trung với nội dung nhắc nhở bậc cha mẹ bớt chút thời giờ làm ăn để nhớ đến việc mua cho các em chiếc lồng đèn hoặc bánh Trung Thu. Sự thức tỉnh của phụ huynh trong việc nhớ tới con cái rất quan trọng cho tương lai của các em học sinh. Năm vừa qua Từ Dung mất bốn em học trò cũ khi chúng uống rượu say và đua xe trên xa lộ mới xây để lấy le với bạn bè, cũng có những em học xuất sắc và được là Valedictorians của trường, nhưng cũng có các em chỉ nhập băng đảng, hút xì ke và chửi thề, đánh lộn. Nếu cha mẹ nói quá thì tụi nó sẽ bỏ đi bụi đời. Cho nên tốt hơn là nên ngăn ngừa, vì chữa trị thì sợ rằng đã quá muộn!

Bố mẹ các em à? Nếu không ăn welfare thì làm tới hai, ba jobs để sống. Truyền thống của gia đình Việt Nam dễ dàng đụng chạm với những giá trị của xã hội Mỹ tại Hawaii này. Thường thường là bố mẹ không theo kịp được lối sống của các con và kết quả là va chạm nặng nề rồi đi đến đổ vỡ tang thương.

                                    Từ Dung

Nhưng vẫn còn những cái dễ yêu ở Hawaii, chẳng hạn như thời khóa biểu dây thun, vùng Waikiki nhộn nhịp và thơ mộng. Pali Lookout đẹp như vườn địa đàng, đảo Kauai với những hang động âm u rêu phủ kín, đảo Hawaii với những bãi biển cát đen óng ánh, những chàng trai, những cô gái Hawaii hoặc thon thả hoặc đồ sộ với làn da rám nắng.

Nhất là âm nhạc, âm nhạc ru hồn người ta tạm quên đi những rắc rối của cuộc đời. Từ Dung cũng có làm một số nhạc phẩm bán-Hawaii và được dân địa phương ưa chuộng.

Chiều xuống chậm chậm trên bãi cát vàng và biển xanh thăm thẳm, với cốc "Blue Hawaii" hoặc "Maitai" giá "happy hour" trên tay, bạn có thể lắng nghe bài hát ca tụng hải đảo, ngắm nhìn những vũ nam, vũ nữ uyển chuyển, đong đưa hông với vũ điệu Hula, thả hồn theo làn gió "Trade Winds" lồng lộng thổi, và quên hết đi cuộc đời bụi bặm...

Hẹn gặp lại các bạn trong lá thư kỳ tới theo giờ giấc Hawaii... Aloha!

MẸ TÔI

Bà Hoàng Đạo

Tôi không biết phải bắt đầu ra sao khi viết về mẹ tôi, vì có rất nhiều điều để nói. Cũng có thể dưới con mắt chủ quan, tôi nghĩ bà là một trong những người phụ nữ phương Đông tuyệt vời nhất trên cõi đời này. Người mẹ dịu hiền mà tôi được may mắn biết đến,

Từ Dung

với đầy đủ những đức tính về công, dung, ngôn, hạnh của một người đàn bà Á Đông, đã hy sinh cả một cuộc đời mình cho chồng, cho con và cho những nghĩa cử từ thiện ngoài xã hội với nụ cười luôn trên môi cùng chiếc răng khểnh duyên dáng.

CÔNG, DUNG, NGÔN, HẠNH

Về mặt dung nhan, vẻ đẹp dịu dàng và đằm thắm của mẹ tôi đã hơn một lần làm rung động những người phái nam có địa vị quan trọng trong nhiều lãnh vực xã hội. Bà cao dong dỏng, thân hình đều đặn thanh tú, nước da mịn màng trắng trẻo, dáng đi yểu điệu và uyển chuyển, khuôn mặt trái soan, cặp mắt hơi hiếng (lé kim), mơ màng nhưng sâu sắc, miệng cười duyên dáng với chiếc răng khểnh và cặp môi đầy đặn. Tôi có đọc vài cuốn sách viết về mẹ tôi với những lời mô tả thiên lệch bắt nguồn từ những ghen ghét nhỏ mọn. Những người viết này cố tình hạ thấp dung nhan, phẩm hạnh của bà vì đố kị nên những người từng được tiếp xúc với bà vô cùng bất mãn vì những dối trá trắng trợn đó. Theo ý một số những người có dịp tiếp xúc với bà, bà là một trong những người đẹp và hợp thời trang nhất tại Hà Nội vào những thập niên 1930-40. Ngay cả về sau, khi đã trên bốn mươi tuổi và có bốn người con lớn, bà vẫn là một phụ nữ có vẻ đẹp sang trọng và thanh lịch có tiếng ở Sài Gòn.

Tôi còn nhớ, trong lúc ở giá để nuôi các con ăn học thành tài, mẹ tôi đã từ chối khéo léo và khiêm nhượng những người đàn ông theo đuổi bà và về sau họ vẫn quý mến và nể phục tư cách của mẹ tôi. Một trong những người này đã qua đời đã giữ lòng thương quý mẹ tôi ngay cả khi bà đã tạ thế. Khi ra đi nước ngoài, ông gửi thơ về nhờ tôi đặt lên mộ mẹ tôi một bó hồng đỏ thắm mỗi tuần lễ, như ông vẫn thường làm trước khi ra đi!

Mẹ tôi đã từ chối tất cả những người đàn ông đến sau, vì trong trái tim của bà chỉ có hình bóng của một người yêu duy nhất, đó là ba tôi, Hoàng Đạo Nguyễn Tường Long.

Về công, tức là tài năng khéo léo, ít có người phụ nữ nào có tài nấu nướng những món ăn Việt cũng như Pháp tuyệt xảo như mẹ tôi. Nào canh bóng, vây, bào ngư, nấm nhồi giò, chả nem rán, bánh chưng gói, món Tây thì súp legume, bò hầm đậu, cua phá xi...

Các ngày giỗ chạp, tiệc rượu linh đình, một mặt mẹ tôi nấu ăn và chỉ dẫn cho người giúp việc, một mặt tiếp đãi khách với nụ cười hiền thục trên môi. Ai cũng phải mến yêu bà. Chị Thu tôi đã lớn thì giúp một tay, còn tôi bé út nhất nhà (cách anh Lân đến 9 tuổi) chỉ chạy chơi và chực ăn trứng luộc trên bàn thờ!

Sau này mẹ tôi mở tiệm Chả Cá Thăng Long (1959) ở đầu đường Phan Thanh Giản. Tiệm rất đắt khách và là một trong những tiệm ăn sang trọng thanh lịch và ngon lành tinh khiết nhất Sài Gòn lúc bấy giờ.

Về ngôn, khoa ăn nói, mẹ tôi ăn nói nhã nhặn, điềm đạm và nhu thuận, lúc nào cũng giữ vẻ bình tĩnh. Bà cũng dạy các con phải ăn nói đàng hoàng. Ngoài phái nam ra, phái nữ cũng thương mến bà, bạn bè và các bà cô, dì hai bên họ đều tìm đến bà khi hoạn nạn, nhưng cũng có một số nhỏ đem lòng ganh tị và tìm cách bôi nhọ thanh danh bà.

Về phẩm hạnh, không ai có thể chối cãi rằng mẹ tôi là một phụ nữ đảm đang, hy sinh cả cuộc đời cho chồng, cho con mà không hề phàn nàn, than vãn.

THỜI THƠ ẤU CỦA MẸ TÔI
- BA MẸ TÔI GẶP GỠ NHAU

Sinh ra trong một gia đình quý phái, trưởng giả, mẹ tôi lại có những đức tính đơn giản, tốt bụng hay thương người. Ông ngoại tôi làm tham tá công chánh dưới thời Pháp thuộc, bà ngoại tôi là một mệnh phụ đài các nhưng khôn ngoan, biết quản lý tài sản của ông tôi, biết tiết kiệm. Mẹ tôi lại là con một nên được lo toan rất chu đáo, quá chu đáo đến nỗi mẹ tôi cảm thấy ngộp thở. Bà ngoại tôi tính tình độc đoán, muốn chồng con phải phục tùng theo cách sinh hoạt của bà. Thậm chí mẹ tôi chỉ được quyền chơi những đồ chơi bà ngoại cho phép. Mẹ tôi kể lại rằng một lần ông ngoại lén cho mẹ một con búp bê mà mẹ tôi thích, khi bà ngoại biết được, bà lập tức vứt đi. Mẹ tôi khóc và nhớ mãi chuyện ấy. Bà ngoại rất yêu mẹ tôi, nhưng cụ vẫn giữ tính khắc nghiệt đó nên có những đụng chạm cãi vã không thể tránh được giữa hai mẹ con.

Khi ba mẹ tôi gặp gỡ nhau, họ bị tiếng sét ái tình đánh choáng váng. Một bên cảm vì sắc, một bên mến vì tài. Ba tôi tuy ít nói, nhưng có lối châm biếm khôi hài thật duyên dáng và sâu sắc đã chinh phục được trái tim trong trắng của mẹ tôi. Tính cách khôi hài này được thể hiện trong tập "Trước vành móng ngựa". Mối tình của ba mẹ tôi là nguồn hứng khởi của mối tình của Duy và Thơ trong "Con đường sáng". Là một phụ nữ có tâm hồn nhạy cảm và chịu ảnh hưởng phong trào văn hóa mới vì mẹ tôi theo học trường Pháp và tốt nghiệp trường Pháp, bà thông cảm và hỗ trợ chí hướng phi thường của ba tôi, người đã từ chối chức tri huyện khi tốt nghiệp cử nhân luật, sau lại bỏ chức biện lý vì chống lại tòa án Pháp thuộc ngày đó. Điều này thể hiện trong tác phẩm "Trước vành móng ngựa".

Phải là một phụ nữ phi thường mới thấu hiểu và tôn trọng một tâm hồn phi thường như ba tôi, và mới hy sinh tuổi xuân sắc để giúp đỡ chồng một cách đắc lực trong quá trình tranh đấu cho dân tộc và đất nước.

Lần đầu khi đi xem mắt mẹ tôi tại tòa biệt thự của bà ngoại tôi ở bãi biển Sầm Sơn, ba tôi đã bị tiếng sét ái tình. Mối tình đẹp như thơ đó đã bị cả hai bên gia đình phản đối, bên nội vì lý do bà nội tôi không chuộng gia đình trưởng giả, bên ngoại vì không cho là đủ môn đăng hộ đối. Nhưng ba mẹ tôi đã vượt thắng tất cả để tìm đến nhau và lập gia đình!

MỘT CUỘC HÔN NHÂN
ĐẦY HY SINH VÀ CHIA LY

Chị cả tôi, chị Minh Thu, ra đời năm 1934, là tác phẩm đầu tiên của sự kết hợp tuyệt vời đó. Năm kế là anh Nguyễn Tường Ánh và cách một năm nữa là anh Nguyễn Lân. Ba mẹ tôi những tưởng anh Lân là con út rồi vì lúc đó ba tôi rất ít khi ở nhà, ông đã bị quay vào guồng máy thời cuộc lúc ấy. Khi ba tôi bị bắt, bị tra tấn tại sở mật thám và sau bị đi đày ở Vụ Bản, Chân Lạp Sơn, mẹ tôi rất lo buồn và đi lại tiếp tế nhiều lần. Tháng Tám, 1946, ba tôi cầm đầu phái đoàn hòa giải, trong đó có cả người của Việt Nam Quốc Dân Đảng, của bên Việt Minh, và có nhân viên bộ Công Chính là kỹ sư Đỗ Xuân Dung để xem tình hình nước lụt ở Việt Trì (ngã ba sông Hồng Đào) và ba tôi bị bắt. Khi được thả ra, ba tôi sang Trung Hoa gặp gỡ bác Nguyễn Tường Tam và các anh em khác. Thời gian đó mẹ tôi thường xuyên mang vật phẩm và tiền bạc sang tiếp tế cho ba tôi và các anh em khác. Ngoài ra, một tay bà lo dạy dỗ các con, chăm sóc

181   Từ Dung

mẹ già và cũng một tay bà lo toan hỗ trợ người chồng cách mạng lưu vong nơi xứ người. Phụ nữ như thế không phải ở thời đại nào cũng có!

Ba mẹ tôi lúc ấy như Chức Nữ Ngưu Lang, chẳng được thường xuyên gặp gỡ nên mỗi lần trùng phùng thật quý giá vô cùng! Tôi là kết quả của một trong những lần gặp gỡ đó. Ba tôi gởi thư về dặn mẹ nếu là con gái thì đặt tên Từ Dung, con trai thì Duy hoặc Giản. Như vậy Từ Dung là tên cúng cơm của tôi chứ không phải tên hát xướng đặt theo một nhân vật khác! Từ Dung có nghĩa là hình Dung giống mẹ, vì ba tôi lúc nào cũng tưởng nhớ mẹ tôi.

Tôi ra đời ngày 30 tháng Mười năm 1946 tại Hà Nội trong tình thương yêu của cả nhà. Ba tôi vẫn ở biền biệt bên Trung Hoa nên chẳng thấy mặt tôi, chỉ nhận được tin tức qua thư tín gia đình.

Lần gặp gỡ cuối cùng của ba mẹ tôi năm 1948 tại Hongkong rồi sau đó ba tôi bị một cơn đau tim tạ thế trên đường đi xe lửa về Quảng Châu, lúc đó tôi được 19 tháng. Được tin sét đánh, mẹ tôi phải lo tiền bạc quay trở lại chôn cất ba tôi tại Quảng Châu. Hiện nay không còn biết mộ phần nằm đâu nữa vì các nấm mồ đều bị khai quật dưới chế độ Cộng Sản!

Kể từ đó, mẹ tôi ở vậy nuôi con cho đến khi các con khôn lớn. Bố con tôi chỉ biết nhau qua hình ảnh thư từ. Tôi được nghe kể lại về ba tôi qua lời nói của mẹ, của anh chị và của cậu tôi, Như Phong Lê Văn Tiến.

Tôi nghĩ rằng tôi được thừa hưởng óc khôi hài châm biếm của ba tôi, cũng như dòng máu văn chương chảy cuồn cuộn trong tim óc!

Tại Hà Nội, gia đình tôi sống tại đường Lý Thái Tổ, Hàng Vôi. Trường Hàng Vôi là ngôi trường đầu tiên trên con đường học vấn của tôi. Năm 1990, trước khi rời Việt Nam, tôi ghé thăm ngôi nhà gia đình và ngôi trường thơ ấu. Ngôi nhà xinh đẹp hai tầng có cây bàng trước sân giờ đây ngăn ra cho tám hộ ở, phòng ngăn bằng vải rideau. Bàn thờ tổ tiên vẫn còn nguyên chỗ cũ nhưng chỉ còn một ông lão còn nhớ về nguồn gốc căn nhà.

Trở lại năm 1954, chúng tôi rời căn nhà thân yêu lên đường vào Nam trên một chiếc phi cơ quân đội. Tôi mới có 8 tuổi nên chỉ nhớ là mẹ tôi vội trở lại miền Bắc để thanh toán mấy căn nhà ở Hà Nội của bà tôi và gom tiền bạc để sinh sống trong Nam. Lúc đó sắp sửa đóng cửa ra vào hai miền nên các anh chị, tôi lo lắng sợ mẹ tôi bị kẹt lại Hà Nội.

Khi mẹ về, chúng tôi hết sức mừng rỡ. Chúng tôi tạm ở chia với họ hàng bên ngoại một căn nhà đường Đặng Dung, Tân Định. Đó là thời gian đẹp nhất của đời tôi! Mẹ con, anh chị em đoàn tụ yêu mến nhau. Tôi ở tuổi bắt đầu ý thức được tình cảm quý báu của gia đình. Ý nguyện của tôi là anh chị em tôi sẽ trở lại quây quần như thời đó!

Khi đến học lớp Tư trường Huỳnh Thị Ngà thì tôi gặp khó khăn với cô giáo Nam Kỳ với giọng đọc chính tả mới lạ. Tôi có đến mười lỗi trong bài "Lạc vào rừng" vì tôi không hiểu gì cả. Các bạn chế nhạo accent Bắc kỳ và gọi tôi "Bắc kỳ ăn rau muống". Đó là bài học đầu tiên của tôi về kỳ thị địa phương dạy tôi sau này chống lại mọi thứ kỳ thị trên cõi đời này!

                                   Từ Dung

Cùng lúc ấy, mẹ tôi mở tiệm phở và chả cá Thăng Long trên đường Trần Quang Khải, Tân Định, sau chuyển về tiệm chả cá Thăng Long trên đường Phan Thanh Giản. Sau này ngẫu nhiên quán cà phê nhạc Từ Dung của tôi mở năm 1978 cũng lại tọa lạc trên con đường Trần Quang Khải và người hầu bàn trưởng tại chả cá Thăng Long tên là anh Tư lại trở thành người pha cà phê chính của quán Từ Dung.

Tiệm chả cá Thăng Long do họa sĩ Nguyễn Gia Trí trang hoàng có một vẻ Á Đông trang nhã với những chiếc cột đỏ, những tấm bình phong và hình vẽ đặc biệt Việt Nam rất mỹ thuật. Một tấm tranh dân gian của Phạm Tăng treo dọc cả bức tường trong căn phòng riêng của quán. Bức tranh này sau tôi bị một tay văn sĩ hạng b, c gì đó lừa lấy mất!

Căn nhà mẹ tôi mua rộng lớn, một bên mở tiệm, còn một bên gồm năm phòng để gia đình tôi ở. Tiệm luôn đông khách tấp nập và các danh nhân, nghệ sĩ như Mặc Thu, Nguyễn Hoạt, bác Nhất Linh, Chu Tử thường xuyên đến ăn chả cá. Thế nhưng vấn đề tài chính không mấy khả quan vì mẹ tôi quá tốt bụng, luôn nuôi ăn ở và trả lương cho 6,7 người giúp việc nên tiền vào tuy khá nhưng ra cũng lắm. Mẹ tôi không bao giờ từ chối mở hầu bao giúp cho những người đến cầu cứu gia đình tôi!

Lúc đó chị Minh Thu, anh Tường Ánh lập gia đình nhưng lúc đầu anh Ánh vẫn ở chung với mẹ tôi. Các anh chị có gia đình riêng nên không còn gần gũi nhau như xưa. Tôi cảm thấy mẹ buồn nhưng không biết an ủi mẹ ra sao, chỉ biết rúc vào lòng mẹ. Khi anh Ánh và vợ dọn đi ở riêng trong một căn nhà mẹ mua cho anh, tôi được thừa hưởng căn phòng trống cạnh phòng anh Lân. Trước mặt hai căn phòng là một sân cement nhỏ trồng vài cây cảnh như cây trúc đào, cây mận sai trái vì tôi chôn xác con mèo dưới gốc cây.

Đằng sau phòng tôi là một cây trứng cá trái mọng nước và rất ngọt. Căn phòng này đã ghi một ấn tượng sâu đậm về thời thơ ấu của tôi sống êm đềm trong tay mẹ hiền. Có phòng riêng rồi nhưng tôi vẫn đòi ngủ với mẹ để được hít mùi da thịt của bà, thơm mùi nước hoa Guerlain và mùi phấn. Tôi cũng đòi mẹ ngâm thơ Kiều hoặc hát quan họ cho nghe như lúc còn bé tí. Cũng vì vậy mà tôi rất thuộc Kiều và những bài thơ ru em. Mẹ tôi yêu nhạc Đông phương nhưng cũng mê nhạc cổ điển Tây phương, nên khi mẹ mất, gia đình tôi mở nhạc Bach và Beethoven bên quan tài để hương hồn mẹ tôi về thưởng thức, thay vì giọng ê a của các vị sư hay kinh của các cha cố!

Sau này mẹ tôi bắt đầu gặp khó khăn về tài chính nên phải bán đi một số nữ trang. Lúc đó là đầu thập niên 1960, quân đội Mỹ đổ sang Việt Nam nên mẹ tôi theo trào lưu cũng dẹp tiệm chả cá và cho Mỹ thuê một bên nhà để mở nhà hàng có âm nhạc tên là Kontiki. Đêm nào tôi cũng được nghe tiếng đàn hát vọng sang từ bên nhà hàng của ban nhạc Đăng Tiến, thỉnh thoảng tôi cũng sang hát chơi những bản như "Autumn leaves," A Very Precious Love," "Mona Lisa"…

Tôi khoảng 16 tuổi, tuổi đầy mộng đẹp và bắt đầu mơ đến tình yêu!

Mấy năm sau mẹ tôi bán căn nhà rộng lớn đường Phan Thanh Giản và mua căn nhà nhỏ hơn có ba phòng ngủ và một căn gác ở Ngã năm bình hòa đường Chu Văn

                                   Từ Dung

An. Nhiều người ngăn cản bà mua căn nhà này vì nó nằm cuối ngõ cụt và có mộ phần đằng sau nhà nên theo địa lý rất xấu. Không biết có phải là mê tín không mà sau này mẹ tôi bị ung thư nặng và chết tại nhà đó, bà ngoại tôi cũng chết theo ở tuổi 98 vì quá đau đớn, mẹ tôi là con duy nhất của cụ, cậu tôi Như Phong Lê văn Tiến bị bắt giam cũng ở đó, gia đình vợ chồng tôi thì phân tán, chia ly. Năm Mậu Thân 1968 nơi này là tử địa của tàn quân Việt Cộng, sau khi Việt Cộng thất bại trong trận tổng công kích Saigon đã rút lui về nơi đây. Ngôi nhà chúng tôi bị đạn bắn từ máy bay xuống lỗ chỗ đầy những vết đạn, cũng may là khi cả khu phố bốc cháy như một con rồng lửa thì bỗng dừng lại khi tới nhà chúng tôi. Thật là một phép lạ!

Tôi giúp mẹ, bà ngoại và hai mẹ con bác giúp việc chạy khỏi nhà, chân phải chạy lung tung tránh xác Việt Cộng nằm đầy ngõ và tránh tầm đạn của hai bên bắn nhau. Một ông hỏi ông khác "ai đánh ai?", ông kia trả lời "quân mình đánh quân ta"!

Từ lúc đó mẹ tôi bị ung thư bên cánh tay trái và căn bệnh kéo dài tới năm 1975 thì mẹ tôi mất. Người y sĩ đã hết lòng chữa chạy cho mẹ là bác sĩ Trần Ngọc Ninh, một người bạn thân của gia đình. Hai bác sĩ khác của gia đình tôi là bác sĩ Phan Huy Quát và bác sĩ Kỳ Quan Thân.

Cánh tay xinh đẹp, nuột nà, trắng bóc của mẹ tôi chỉ để đeo những nữ trang quý giá nay đã bị cắt đi đến hai lần, và sau cùng căn bệnh quái ác đã ăn vào tủy sống làm mẹ hôn mê trong 24 tiếng đồng hồ trước khi từ giã cõi đời. Trước khi bị hôn mê, căn bệnh ăn vào tủy làm bà thấy mọi vật nhuộm muôn màu muôn sắc.

Không có gì diễn tả nổi nỗi đau đớn của người mắc bệnh ung thư. Lầu 5 của viện ung thư ở Gia Định phải rào lại vì nhiều người trong cơn đau đã nhảy xuống tự vận. Trong khoảng cuối cùng của cuộc đời đầy hy sinh, chịu đựng, đau đớn, bà vẫn tiếp tục làm phước, giúp người. Bà bảo trợ cho một số người bị ung thư trong viện, trong số đó có một anh binh sĩ trẻ, đẹp trai như Alain Delon. Anh bị ung thư xương chân, chỉ trong vài tháng là từ trần. Mẹ tôi, lúc đó đã phải dùng tới codein cho bớt đau và bò lết dưới đất rên la, cũng vẫn lo cho anh trong những ngày chót của cuộc đời anh!

Tại sao một phụ nữ hiền hậu như mẹ tôi và có lòng thương người lại phải chịu một số phận đớn đau như vậy? Khi mẹ tôi chết đi, bà không bám víu vào một niềm tin tôn giáo nào cả vì bà không tìm thấy đức tin nơi cuối đời. Lúc gần chết, bà cảm thấy hoang mang...

Khi nhìn ngắm xác mẹ trong chiếc áo trắng tôi mặc cho bà và cành hoa lan trắng trước ngực bà, tôi mới ý thức được nỗi mất mát lớn lao đến thế nào. Đã quá muộn để chiều chuộng mẹ, để nói rằng mẹ ơi con yêu mẹ, để cám ơn bà cho tôi đời sống hôm nay và niềm tin ngày mai.

Có một con bướm trắng bay quanh quan tài của mẹ nhiều lần trước khi hạ huyệt, có phải chăng linh hồn mẹ muốn từ giã các con lần cuối?

Từ Dung xin thay mặt người quá cố cũng như các anh chị gửi lời cám ơn anh Sơn con của cô Thế đã lo việc rải tro xuống biển cho bà và mẹ chúng tôi tại Việt Nam để linh hồn bà và mẹ chúng tôi được siêu thoát và xin Chuá ban phước lành cho anh và gia đình anh.

Từ Dung

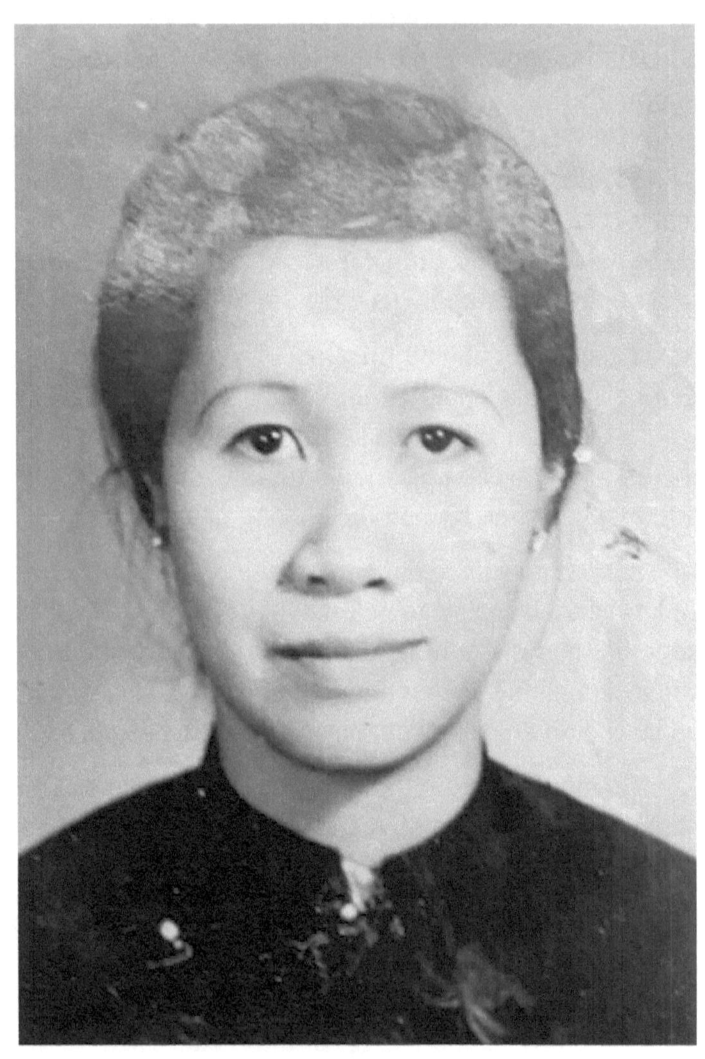

Từ Dung

Từ Dung

CẬU TÔI

(Bài viết "Cậu tôi" của tác giả Từ Dung cùng hình ảnh được lấy từ trang mạng của Diễn Đàn Thế Kỷ)

Ông Như Phong Lê Văn Tiến tại Little Saigon năm 1997

CẬU NHƯ PHONG LÊ VĂN TIẾN LÀ AI?
CON NGƯỜI - CÁ TÍNH

Thật ra, Như Phong Lê Văn Tiến là nhân vật như thế nào?

Từ một người quen biết sơ giao, từ một người bạn thân tình, từ một người cùng hay không cùng chí hướng, tất cả đều nhìn ngắm con người cậu tôi dưới những khía cạnh, những quan điểm khác biệt, để rồi dẫn đến những kết luận, ý kiến có tính cách cá nhân, cũng giống như nhiều anh mù được dẫn đến sờ nắm những bộ phận khác nhau của một con voi, anh thì cho con voi là cái quạt, cái cột đình... vân vân...

Nhưng, có một điểm chung, dù là người Việt Nam hay ngoại quốc, dù là bạn hay thù, ai cũng phải kính nể cậu tôi, cũng tìm đến, ngồi xuống bên cậu để được lắng nghe những lời bình luận sắc bén, những lời khuyên bảo thẳng thắn chân thành của cậu.

Một nhà ái quốc chân chính? Không ai có thể phủ nhận điều đó. Cả tuổi trẻ, cả cuộc đời của cậu, cậu đã cống hiến cho tình yêu thương tổ quốc, dân tộc, không màng danh lợi cho chính bản thân mình. Cả tới hạnh phúc riêng tư, cậu tôi cũng gạt bỏ qua một bên để sống trọn vẹn cho lý tưởng của cậu.

Một nhà cách mạng lão thành? Nếu thế thì những tư tưởng mới mẻ cải tiến về chính trị xã hội có tính cách đi trước tương lai cuả cậu có đủ sức thuyết phục được những đầu óc bảo thủ chỉ lo thủ lợi cho cá nhân? Ở phương diện này, quả cậu tôi đã vấp phải nhiều trở lực khó khăn. Cuộc đời tù tội liên miên của cậu là bằng chứng hùng hồn của sự thất bại này trong đời cậu. Nhưng trong sự thất bại có thành công, thành công ở chỗ thông điệp của cậu có thể được truyền bá cho thế hệ mai sau, cũng như mỗi người chúng ta có trách nhiệm chuyển giao thông điệp của cậu, một khi thấm nhuần được tư tưởng sâu sắc ấy!

Một chính trị gia lỗi lạc? Nhưng mà cậu chính là người nói với tôi: "Cậu không làm chính trị, cậu không thích danh từ đó cũng như những biện luận để bảo vệ cho danh từ đó. Cậu, cũng như ba em (lối xưng hô của

 Từ Dung

cậu đối với tôi vì cậu dạy tôi học từ nhỏ) chỉ có một chí hướng là làm việc hết sức mình để đem lại hạnh phúc cho đồng bào, góp phần dù nhỏ bé thế mấy cho công cuộc xây dựng đất nước."

Đúng thế, thần tượng của cậu về mọi phương diện của cuộc đời cậu là ba tôi, Hoàng Đạo Nguyễn Tường Long. Có những lúc tôi nhìn thấy đôi mắt của cậu chiếu lên những tia sáng rực rỡ như ánh lửa trong đêm mới hiểu được ảnh hưởng sâu đậm của ba tôi với cậu và những người cùng thế hệ cậu...

Một nhà văn, một nhà báo có tài, có nhiệt tình với nghề cầm bút? Những bút tích do cậu tôi để lại là chứng minh hùng hậu cho lập luận đó!

Tác giả (lên 6) với cậu Tiến tại Hồ Gươm
trước khi di cư vào Nam năm 1954

Một người bạn tốt, chân thành, đáng tin cậy? Có thể gọi là tuyệt đối như thế! Những người bạn thân thiết, đồng nghiệp như ông Đinh Trịnh Chính, Nguyễn

Ngọc Linh, Nghiêm Xuân Hàm, P.G.Honey hoặc cộng sự nhỏ tuổi hơn cậu như ông Trần Như Tráng, Tạ văn Tài, Nguyễn Mạnh Hùng, Lê Mạnh Hùng, Phan Lâm Hương... đều ngưỡng mộ cậu, ở một khía cạnh hay nhiều khía cạnh khác nhau. Đêm nào, ở căn nhà chúng tôi trên đường Phan Thanh Giản, cũng có ít nhất năm hay mười nhân sĩ, nhỏ tuổi có, lớn tuổi có, ngồi quây quần quanh cậu để bàn luận chuyện quốc sự, quốc tế cho đến ít nhất là 12 giờ đêm, rồi mới luyến tiếc ra về.

Về cá tính con người cậu? Cậu là một người thẳng thắn, cương trực, đầy nhiệt huyết, nóng tính đôi lúc đi đến cực đoan nếu phải bảo vệ lập trường. Có lúc cậu thích diễu cợt khôi hài, lối châm biếm của cậu nhẹ nhàng nhưng sâu sắc, tưởng thế mà không phải thế. Nhiều khi người bị đùa giỡn phải về đến nhà mới hiểu được ý nghĩa thâm thúy của câu nói đùa và mới cảm thấy đau. Mặc dù cậu tự cho mình là Khổng Minh Gia Cát Lượng mềm dẻo khôn khéo, thật ra, tính cương trực của cậu đôi khi dẫn đến tính cách cực đoan, do đó lời tiên tri của cậu dễ đụng chạm và bị phản kháng bởi xã hội.

MỐI LIÊN HỆ CỦA CẬU NHƯ PHONG VỚI GIA ĐÌNH NGUYỄN TƯỜNG

Có phải cậu là một người cậu thương cháu, biết lo lắng cho gia đình, giúp đỡ bà chị tần tảo nuôi các cháu lớn khôn? Không ai bằng cậu tôi. "Cậu giáo bê bê," đó là danh từ chính tôi đặt cho cậu lúc tôi 7 tuổi, vì cậu đã dạy tôi học phụ thêm tại nhà từ những ngày tôi mới cắp sách đến trường, với những vần mẫu tự a,b,c...

Lọt lòng mẹ không có may mắn được có cha bên cạnh vì ba tôi đã đi sang Trung Hoa hoạt động cách

                                    Từ Dung

mạng cùng các bác, các chú, tôi được bù đắp bằng tình thương của mẹ, của bà ngoại, của cậu tôi và các anh các chị. Cậu là bàn tay đầu tiên đã bế ẵm tôi khi tôi mới chào đời, là người đầu tiên được tôi "tưới hoa rửa tội." Cậu cũng đã thay thế ba tôi để hướng dẫn tôi từ những bước đi chập chững thời thơ ấu cho đến lúc lớn khôn. Dù tên cúng cơm Từ Dung do ba tôi viết thơ gửi về cho tôi, nhưng công nuôi dưỡng cho đến thành nhân một phần lớn là nhờ công sức của cậu. Ba tôi mất vì bệnh tim trên chiếc xe lửa về Quảng Châu sau khi gặp gỡ mẹ tôi vào năm 1948, lúc đó tôi được 19 tháng và chưa một lần được nhìn mặt bố.

Tôi không được biết sự kiện nào đã đưa đẩy cậu Tiến đến với gia đình Nguyễn Tường, chỉ qua lời thuật lại của cậu, là cậu bất mãn với hoàn cảnh gia đình và người vợ hai của bố nên đã bỏ nhà ra đi, mang theo cơn bệnh phổi ngặt nghèo. Lúc đó vào khoảng 1945, cậu cũng có một người em tên là cậu Nguyễn Ngọc Ấn, thỉnh thoảng có đến thăm cậu và cũng là người ở gần cậu lúc cậu hấp hối.

Từ lúc ba tôi mang cậu về, ba mẹ tôi đã cưu mang cậu dưới mái ấm gia đình của chúng tôi. Cũng nhờ lòng thương người của bà ngoại tôi, vì ba tôi và sự săn sóc chu đáo của ba mẹ tôi, bệnh tình cậu đã hồi phục. Kể từ đó, cậu trở thành một thành phần trong gia đình tôi, sự có mặt của cậu không thể thiếu vắng được nữa!

Cùng với bà cô tôi, bà Cả, và mẹ tôi, cậu tôi đã thay mặt ba phụng dưỡng bà ngoại tôi trong thời gian ba đi hoạt động cách mạng bên Trung Hoa. Cậu gọi bà ngoại tôi là mẹ nuôi của cậu. Ông ngoại tôi làm tham tá thời Pháp thuộc nên người ta gọi bà ngoại là cụ Tham Bình.

Song song với sự gia nhập vào gia đình tôi, cậu

cũng được ba tôi hướng dẫn về tinh thần, hun đúc ngọn lửa nhiệt tình với dân tộc đã cháy sẵn trong tâm hồn cậu. Cậu tôi bước vào sự nghiệp báo chí cũng do sự hướng đạo của ba tôi. Lý tưởng của cậu là dùng những phương tiện truyền thông để phổ biến trong dân chúng những tin tức quốc nội, quốc ngoại cũng như thẳng thắn phê bình và sửa đổi những trật tự xã hội sai lầm mang lại sự đau khổ cho dân chúng. Khi tôi bước vào ngành nghệ thuật ca hát song song với nghề dạy học, cậu tôi bảo rằng: "Con đã chọn lầm nghề rồi, nghề của con phải phục vụ cho quần chúng bằng media mới đúng."

THỜI KỲ DI CƯ VÀO NAM

Ba tôi, Hoàng Đạo, mất vào năm 1948 lúc tôi được 18 tháng. Thời gian này, để an ủi gia đình tôi, cậu Tiến đã có mặt thường xuyên bên cạnh mẹ nuôi (bà ngoại tôi, tức cụ Tham Bình), chị và các cháu để nâng đỡ tinh thần. Không biết chúng tôi sẽ ra sao nếu không có cậu lúc ấy.

Không ai trong gia đình vào thời điểm ấy không nghĩ về cậu như cậu ruột. Trước năm 1954, cậu đã nhìn trước sự việc và thuyết phục mẹ và bà tôi chuẩn bị di cư vào Nam. Bà tôi sợ sự thay đổi và còn luyến tiếc mấy căn nhà ở Hà Nội khó thanh toán, nhưng sau cùng cũng xiêu lòng.Thế là, mùa Xuân năm 1954, chúng tôi vội vã ra đi, nước mắt rưng rưng nhìn ngoái lại căn nhà quét vôi trắng số 18 bis Lý Thái Tổ, nhìn lại cây bàng lá xum xuê đỏ trong khuôn sân nhỏ, nhìn lại lão bộc trung thành tên Lui, nhìn lại căn phố quen thuộc đầy kỷ niệm thuở ấu thời. Lúc đó tôi mới được 7 tuổi, vẫn còn là em bé bêbê của cậu giáo.

197　　　　　　　　　　　　　　　　　　Từ Dung

Vào đến Nam, mẹ tôi phải trở lại Hà Nội để thu xếp vội vã mấy căn nhà. Cậu tôi lãnh nhiệm vụ trông nom bà ngoại và chúng tôi. Lúc đó gia đình tôi rất lo lắng mẹ tôi sẽ kẹt lại miền Bắc vì cửa ngõ phân chia hai miền sắp bắt đầu đóng. Nhưng mẹ tôi trở về kịp lúc. Bà mua một căn nhà rất rộng ở mặt tiền đường Phan Thanh Giản (bây giờ là Điện Biên Phủ) số nhà 20. Sau này mẹ tôi mở tiệm Chả Cá Thăng Long, rất được khách hàng ưa chuộng thời bấy giờ. Thời gian sau, bà cho thuê mở bar restaurant tên Kontiki.

VAI TRÒ CỦA CẬU TIẾN TRONG GIA ĐÌNH TÔI

Tôi có hai người anh và một người chị. Chị lớn tên là Nguyễn Minh Thu, người anh thứ hai là Nguyễn Tường Ánh, anh thứ ba là Nguyễn Lân. Tôi là con út, nên ai cũng thương yêu chiều chuộng, nhất là mẹ tôi và cậu tôi. Nhưng cậu cũng rất nghiêm khắc khi phải uốn nắn dạy dỗ tôi về mọi mặt. Cậu luôn luôn nhắc nhở tôi về chí khí, lý tưởng của ba tôi và dòng họ Nguyễn Tường.

Tôi vốn thích thơ văn từ thuở 7, 8 tuổi. Tôi thuộc lòng nhiều đoạn trong thơ Kiều, còn cố gắng làm trường thi ca bắt chước các bậc tiền bối. Tôi trót thương thầm một chàng hàng xóm cùng tuổi hay chơi đánh bi nhà bên cạnh và làm một bài thơ như sau cho chàng:

Nhưng cũng không ai biết mối tình
Lặng thầm giữa đôi lứa thư sinh
Vì họ cũng không hề hé miệng
Tỏ cho nhau biết nỗi lòng mình

Bài thơ này làm tôi ăn đòn của cậu Tiến và vì cậu đã mất nên sau này không ai tin tôi đã làm thơ tình từ 7 tuổi!

Đi chơi với bạn về trễ 15 phút, đôi khi cũng ăn bạt tai!

Khi tôi lớn lên và tiếp tục làm thơ tình, cậu chỉ lắc đầu và nói: "Hỏng, hỏng thật"!

Trong gia đình tôi, cậu Tiến giữ địa vị của một người con, người em, người cậu thay mặt cho người cha quá cố để giúp đỡ chị nuôi dưỡng các cháu còn thơ dại. Cho đến nay, chị em chúng tôi đều khôn lớn, cũng là nhờ công của cậu rất nhiều và tôi nghĩ chúng tôi không thể nào phủ nhận công ơn ấy. Chị Minh Thu tôi là người lớn nhất trong bốn chị em, cũng góp phần giúp mẹ dạy dỗ các em mồ côi bố từ lúc còn bé bỏng.

Trong thời gian đó, cậu được nhiều nhóm khác nhau mời tham dự các tổ chức như Hội Đồng Nhân Sĩ, một ghế bộ trưởng trong chính phủ Phan Huy Quát, nhưng cậu chỉ thích đứng ngoài đóng góp ý kiến, làm quân sư quạt mo, như một thời gian cậu cũng giúp tướng Kỳ. Niềm đam mê của cậu là tờ báo Tự Do cũng như hoàn thành trường thiên tiểu thuyết "Khói sóng" mà cậu còn viết dang dở cùng thời gian với tiểu thuyết "Tị Bái" của nhà văn Nguyễn Hoạt. Cậu cũng giữ mục điểm tin ngoài Bắc với bút hiệu Cô Thần, nên một số người gọi cậu là chuyên viên về Cộng Sản Bắc Việt nhưng cậu phủ nhận danh hiệu này. Cậu thường nói cùng tôi: "Nhược điểm của cậu là chuyện tình cảm nam nữ, cậu viết chuyện đó dở vì không có nhiều kinh nghiệm thực tế, truyện cậu thiên về biện luận hay phê bình thì có chất lượng hơn."

Quả thực là đời sống tình cảm cậu nghèo nàn ít ỏi. Theo tôi biết có một cô Thu nào đó rất thương cậu nhưng không thành. Cậu chỉ miệt mài làm việc với đống sách vở cao tận trần nhà, hoặc họp mặt cùng bè bạn bàn chuyện quốc sự, hoặc đi nước ngoài dự hội nghị.

　　　　　　　　　　　Từ Dung

Về phần gia đình tôi, lúc đó mẹ tôi "gà mái nuôi con" cùng bà mẹ già nên rất khó khăn. Tuy có một số vốn do bán đổ bán tháo mấy ngôi nhà ngoài Hà Nội, nhưng vì tính tình bà rộng rãi và hay thương người giúp đỡ, chia sẻ những gì bà có nên mẹ tôi không giàu được. Cậu tôi cũng cố gắng giúp gia đình trong khả năng của cậu.

Có những dư luận đồn đại không hay về sự liên hệ giữa mẹ tôi và cậu Tiến, bắt nguồn từ sự ganh ghét của người ngoài họ hoặc trong họ. Những dư luận này bóp méo và bôi nhọ tình cảm trong sạch và đẹp đẽ mà người tầm thường không hiểu nổi. Gia đình tôi rất phẫn nộ vì những dư luận xấu xa đê tiện đó!

Tác giả và cậu Tiến.

SỰ CHUYỂN MÌNH CỦA THỜI ĐẠI

Thời gian ở Saigon dưới chế độ của ông Ngô Đình Diệm êm đềm trôi. Nếp sống của người dân trong lúc đó tương đối đầy đủ và no ấm. Năm 1960, nhờ cậu Tiến nói giúp, tôi được mẹ cho tháp tùng sang Nhật Bản, Hồng Kông và Thái Lan chơi. Ở Thái Lan, chúng tôi cư ngụ tại nhà ông Đại Sứ Việt Nam tại Thái Lan là ông Đinh Trịnh Chính. Bà Chính rủ chúng tôi trở lại Hồng Kông cùng bà nhưng chúng tôi từ chối để trở về Việt Nam. Tin như sét đánh ngang tai, trong chuyến bay đi Hồng Kông, chiếc máy bay đã rớt xuống biển và bà Chính đã bỏ mình cùng với tất cả hành khách trong chuyến bay định mệnh ấy.

Năm 1963 cậu Tiến bị bắt giam vì tờ báo Tự Do có những lời lẽ chống chế độ. Mẹ tôi và tôi đi từ nơi này sang nơi khác, từ An Ninh Quân Đội sang Tổng Nha Cảnh Sát để thăm nuôi cậu. Thời gian này, ông P.G.Honey, một ký giả nổi tiếng từ Anh quốc thường xuyên lui tới hỏi thăm sức khoẻ cậu. Nhà văn Chu Tử cũng bị bắn thủng họng trong thời gian này, chúng tôi cũng lui tới thăm ông vì con gái ông là Chu Vỵ Thủy là bạn thân tôi.

Sau khi ông Ngô Đình Diệm bị lật đổ và ám sát, cậu tôi được thả về và tiếp tục hoạt động. Mẹ tôi bán căn nhà ở đường Phan Thanh Giản, mua một căn nhà nhỏ ở Chu Văn An, Ngã Năm Bình Hòa.

Năm 1963 đến 1968 là thời gian cậu tôi lại miệt mài làm việc, gặp gỡ rất nhiều nhân vật quan trọng trong chính trường. Cậu tôi thường xuyên nhắc đến Nguyễn Chánh Thi và sau là Nguyễn Cao Kỳ. Dù thời gian đầu, cậu tìm được đôi chút phấn khởi khi làm việc với ông Kỳ nhưng về sau, tôi thấy rõ ràng là cậu đã bị thất vọng có lẽ những lời khuyên của cậu không đủ sức thuyết phục

                                    Từ Dung

đường lối làm việc của tướng Kỳ và những người cộng sự của ông.

Năm 1968: Saigon vùi dập dưới "Khói sóng" của tết Mậu Thân. Cả gia đình chúng tôi phải di tản tạm thời sang một căn nhà ba tầng ở đường Nguyễn Thiện Thuật vì căn nhà ở Ngã Năm Bình Hòa đã bị bắn nát cả mái ngói và lửa cháy đen sạm.

Năm 1969: tôi lập gia đình và sanh con gái đầu lòng tên Từ Công Ý Uyên. Cậu Tiến tôi rất yêu qúy cô bé này. Những năm trong tù Cộng Sản, tấm hình của bé Uyên luôn luôn được ông nhìn ngắm mỗi ngày, tấm hình giúp ông sức mạnh tinh thần từ mái ấm gia đình để duy trì tinh thần bất khuất dưới áp lực của gông cùm Cộng sản.

Thời gian này, tôi tức là Nguyễn Từ Dung, tên thật do ba tôi đặt cho từ lúc ông ở Trung Hoa, tham gia những chương trình hát cho sinh viên từ các trường đại học, những buổi đại nhạc hội, những hộp đêm như Ritz, Lê Lai, Quán Tre, Khánh Ly... những chương trình truyền hình như Văn Phụng, Phạm Mạnh Cương...

Cậu tôi lắc đầu: "Con đi lạc đường rồi, nghiệp của con là viết văn, viết báo, là phục vụ cho media."

Tôi có nhà riêng nên chỉ lui về nhà mẹ mỗi ngày để thăm hỏi nên ít có dịp gần gũi chuyện trò với cậu như trước. Mãi cho đến 1975, tôi bán căn nhà riêng về ở với mẹ để trông nom bà vì bà đã bị ung thư nặng và cưa đi một cánh tay, tôi mới lại được chia xẻ cùng một mái nhà với cậu tôi. Sau đây là một đoạn chuyện trích từ tập truyện "Hồi Tưởng" của Từ Dung viết cùng với giáo sư Trần Hoài Bắc:

ĐÊM KINH HOÀNG VÀO THÁNG TƯ NĂM 1976
(TRÍCH TRONG TẬP TRUYỆN "HỒI TƯỞNG")

"Tại ngôi nhà nhỏ với một vườn lan đơn sơ phía trước trong ngõ hẻm Chu Văn An của xóm Ngã Năm Bình Hòa, người ta thấy một ông trung niên tóc ngả bạc, vận một bộ đồ bà ba vải đen, đi đi lại lại chăm sóc những chậu lan Tiên Hài, Catlaya rực rỡ.

Dân trong xóm cũng mang máng biết rằng trước năm 1975, ông Ba Tốc là một nhân vật quan trọng. Mặc dù không ai biết chính xác ông làm chức vụ gì trong chính quyền, ngoài nghề viết văn làm báo. Bây giờ chỉ thấy ông sống một cách lặng lẽ, mộc mạc, với vườn lan của ông. Nụ cười thân thiện, phúc hậu luôn nở trên khuôn mặt quắc thước. Có ai nhìn kỹ thì mới thấy sau cặp kính trắng, đôi mắt hiền hậu đôi khi sáng quắc lên như ngọn đuốc bùng lên trong đêm.

Trước đó, ông Ba Tốc đã giục giã con cháu ra đi bằng bất cứ cách nào, tìm đường trốn chạy khỏi ách Cộng Sản. Ông đã gửi con trai trưởng của Nguyễn Tường Ánh tên là Nguyễn Tường Kiên đi cùng với em ruột ông là cậu Nguyễn Ngọc Ấn. Nhưng bản thân ông, ông phải ở lại vì những lý do đặc biệt sau đây:

Thứ nhất: Ông chọn lựa đối mặt thực sự với "Cộng sản," đối tượng mà ông đã dày công sưu tầm tài liệu, nghiên cứu các dữ kiện để đưa lên mặt báo. Người ta gọi ông là "chuyên viên về Cộng sản Bắc Việt" với bút hiệu Cô Thần, thì hiện tại, giờ phút này, chính là một dịp may để ông sống thực sự trong thể chế Cộng sản, làm một nhân chứng cụ thể cho những biến cố của xã hội chủ nghĩa. Đó là một thử thách mà một nhân vật tầm cỡ như ông Ba không thể bỏ qua. Đó cũng là nỗi ám ảnh về ý thức hệ, về nhân sinh quan của những người cầm bút. Văn hào Soljenitsin của Liên Sô sau khi thoát khỏi ách Cộng sản Nga đã tuyên bố rằng đời sống hiện tại của ông ở xã hội tự do quá đầy đủ, ông không còn thấy hứng thú để viết, để sáng tác những tuyệt tác như hồi còn ở bên Nga Sô!

Lý do thứ hai là chị nuôi của ông, bà Nguyễn Tường Long đã trở bệnh ung thư ngặt nghèo, cánh tay trái của bà đã bị cưa đi hai lần để tránh sự lan rộng của tế bào ung thư. Bà được chữa chạy trong 9 năm trời với sự điều trị tận tâm của bác sĩ Trần Ngọc Ninh, nhưng căn bệnh quái ác cứ lan dần như cục u nơi cánh tay bà cứ mọc rễ lan dần ra. Trong những cơn đau đớn quần quại của cơn bệnh, phải có mặt người thân để săn sóc bà.

Trở lại chuyện ông Ba, dĩ nhiên, ông không thể ngây thơ đến độ không biết rằng, Cộng sản đã và đang theo dõi, rình rập những nhân sĩ, những nhà văn nhà báo, những nhân vật có liên hệ đến chế độ trước mà chưa nằm trong trại cải tạo của họ. Sau vụ kiểm tra văn hóa tại Saigon năm 1975, ông đã đốt sạch nhiều tài liệu sưu tập từ bao năm, báo chí hình ảnh, sách vở với những giá trị lịch sử vô cùng quý báu. Nhưng ông vẫn giữ lại được một số, trong số đó, có một tấm hình bác Hồ đứng ngạo nghễ trên đống xương người ngổn ngang."

"Màn đêm đã buông xuống trên xóm nghèo Ngã Năm Bình Hòa. Tất cả đã chìm trong yên lặng, một sự im lặng dày đặc và đen tối. Không gian ngột ngạt khó thở. Ông Ba đang thiu thiu bỗng giật mình, tim ông bỗng nhói đau. Một tiếng xe thắng rít lên, rồi tiếng người lao xao trước ngõ. Ông Ba biết chuyện gì phải đến đang đến, trong tận cùng sâu thẳm của tâm tư ông, ông vẫn chờ đợi ngày hôm nay trong sự chối từ ý thức.

Hơn ba mươi người vũ trang súng ống đầy đủ ập vào khi cửa mở ra. Với bộ mặt nghiêm trọng, họ đọc án lệnh rất dài, buộc ông tội phản động, phản cách mạng. Khi xưa, khi đọc cuốn Quần Đảo Gulag của Soljenitsin, ông đã mường tượng cảnh đọc án lệnh y như cảnh đang diễn ra cho ông bây giờ. Lịch sử lại tái diễn ở đây, dù ở thời gian nào, không gian nào, cũng không khác biệt là mấy!

Trong giây phút đó, lòng cảm xúc của ông lên đến tột độ. Ông đã sống như một nhân vật lịch sử kể từ giờ phút này. Ông không nghĩ tới những gì xảy ra cho ông những ngày giờ kế tiếp. Trái tim ông phập phồng, mắt ông dướm lệ. Sợ ư? Không phải sợ hãi đâu!

Cháu rể ông lúc bấy giờ mặt tái xanh vì vừa hoàn thành một lá thơ có tính cách phê phán chế độ nhưng chưa kịp gửi đi nước ngoài để ở trên bàn. Nếu bọn người này lùng xét nhà, ông mong rằng ông là người duy nhất bị buộc tội. Tội ông đã nặng ngàn cân, thêm một tội nữa cũng thế thôi. Ông kịp thấy, khi họ lui cui còng tay ông, đứa cháu gái của ông vừa mếu máo hỏi han người cầm đầu trong bọn, vừa hất lá thơ phản động xuống đất rồi lấy chân đá tận vào trong gầm bàn để cứu chồng!

Những ngày sau khi ông Ba bị bắt, cháu gái của ông tên Dung cũng bị mời lên nhiều lần tại trại giam Phan Đăng Lưu, Bà Chiểu, nơi họ giam giữ ông. Khi tới nơi, họ cho Dung vào trong một căn phòng trơ trụi, chỉ có một cái bàn và hai cái ghế gỗ đơn sơ. Chị phải đối diện với một cán bộ miền Bắc có nhiệm vụ thẩm tra chị. Anh chàng này cỡ ngoài bốn mươi, mặt lạnh như tiền nhưng thỉnh thoảng mỉm một nụ cười giả tạo để thay đổi không khí vốn căng thắng và gượng ép.

                                    Từ Dung

Đây là một cuộc đấu trí ba mặt, vì những lời khai của chị về ông Ba phải phù hợp với lời khai của chính ông để cho "họ" thỏa mãn. Chị phải có một trí nhớ trên mức bình thường, vì không phải chỉ khai báo một lần mà cả chục lần, tất cả mọi lần khai phải đồng nhất. Nếu có một điểm khác biệt là anh cán bộ sẽ lôi ra hỏi đi, hỏi lại. Điều đáng kể là anh cán bộ kia, rõ ràng là rất có trình độ, và tuy anh là một người lạ mặt lần đầu tiên chị gặp, anh ta dường như ăn ở trong gia đình nhà chị, anh biết rõ từng chi tiết, từng biến cố xảy ra cho nhà chị vào năm nào, tháng nào, ngày nào, từng nhân vật trong nước và ngoài nước đã đến nhà chị tìm gặp ông cậu của chị. Chị cũng biết, lời khai của chị dù nói hay viết, họ muốn dùng để đưa đến kết luận để buộc tội ông Ba đã và đang làm việc cho CIA!

Đầu óc chị Dung lúc đó làm việc ráo riết, chị không muốn lọt ra một sơ hở nào để họ có bằng chứng buộc tội ông Ba, nhưng cũng không muốn họ cho là mình khai báo không thành thực, sẽ có hại cho ông Ba nhiều hơn nữa. Nước mắt chị đã ráo hoảnh sau ba thảm kịch xảy ra liên tiếp: Cái chết đau đớn của mẹ chị vì bịnh ung thư tháng Mười năm 1975, cái chết thảm thương của bà ngoại lúc 98 tuổi ngay một tháng sau đó vì mất đi người con duy nhất, và sau cùng, vụ bắt giam người cậu thân yêu...."

NHỮNG NGÀY THÁNG THĂM NUÔI CẬU
1976-1988

Từ Phan Đăng Lưu, rồi chuyển sang Chí Hoà, những năm tháng thăm nuôi cậu Tiến cứ kéo dài đăng đẳng như bất tận. Tôi mòn mỏi chờ ngóng, tự lừa mình bằng những nguồn tin vu vơ không căn cứ để trông mong ngày cậu trở về. Gần như lần nào xách giỏ đi thăm cũng gặp gỡ chị Đoàn Viết Hoạt. Chị lại có dịp tặc lưỡi nhìn tôi: "Cứ thế này mãi, biết bao giờ mới có lần xum họp hở cô?"!

Chúng tôi, những người đi thăm nuôi, xúc động nghẹn ngào, tim phập phồng trong lồng ngực căng thẳng. Phút mong đợi đã đến. Kìa, những người tù cấm cố đã lần lượt xếp hàng đi ra trong bộ áo tù màu xanh xám. Những hình bóng gày gò xiêu vẹo, những khuôn mặt u buồn tuyệt vọng, những cặp mắt ngơ ngác, ảm đạm như chất chứa những thảm kịch không thể diễn tả bằng lời nói. Ngày nào mũ mão cân đai, anh hùng một cõi! Những mái đầu bạc, muối tiêu, đen cúi gầm lầm lũi bước, đôi lúc ngẩng lên ngu ngơ tìm kiếm bóng người nhà đến thăm nuôi.

Bỗng tôi giật mình, tim nhói đau! Giữa những hình hài vật vờ tang thương ấy, có một mái đầu hoa râm ngửng cao bất khuất, một dáng đi thẳng đứng hiên ngang, một cặp mắt sáng long lanh sau đôi kính trắng cũ kỹ đã gãy gọng chắp nối trong một khuôn mặt gày gò hốc hác nhưng vẫn có tính thuyết phục và đầy tin tưởng. Cậu Như Phong của chúng tôi, đúng cậu rồi!

Khi được tiếp chuyện, cậu dịu dàng dặn dò tôi những điều cần thiết, hỏi thăm các anh chị, con gái tôi, họ hàng, bảo tôi không được khóc dù dưới tình huống nào chăng nữa, cũng không được quyền cho phép mình yếu đuối, gục ngã: "Em phải luôn luôn nhớ rằng em là con nhà Nguyễn Tường."

"Em không lo, họ rất nể cậu, cậu vào thất 37 ngày, họ tưởng cậu nhịn ăn nên bẻ răng cậu đổ sữa vào miệng đây này." Cậu chỉ cho tôi xem những chiếc răng cửa khấp khểnh, rồi bắt tôi nói về bé Ý Uyên yêu quý của cậu.

Từ Dung

Trong khi đó, gia đình tôi đã trải qua nhiều trận phong ba bão tố, vào sinh ra tử vì đi vượt biên hụt nhiều lần. Cháu Ý Uyên thành thạo đến nỗi nếu tôi bảo cháu đi ngủ sớm, nó hỏi "Mai vượt biên hở mẹ?" cứ như "Mai đi chợ hở mẹ?"

Mỗi lần chúng tôi thất bại ôm đầu máu trở về, cháu Uyên phải chạy vào nhà trước để xem có bóng dáng công an canh giữ nhà chưa.

Dù cho có đói khổ, thiếu hụt đến đâu, tôi vẫn đều đều thăm nuôi cậu. Cậu có để lại một số bột làm thuốc, tôi cố gắng bán đi để có tiền thăm nuôi cậu và dùng một phần kinh doanh trong quán Từ Dung để có tiền ăn cho gia đình. Dù không còn tiền chúng tôi vẫn kiếm cách vượt biên, nhưng đều thất bại. Lần thất bại cuối cùng, tôi đã mất nhà, mất cả gia đình, không có nơi ăn chốn ở, đi lang thang bụi đời nhưng vẫn chạy vạy chút đỉnh nhờ anh Tư tài xế cho mẹ tôi trước kia đi thăm nuôi cậu. Anh Tư này là tài xế của mẹ tôi trước, nay lại là đầu bếp chính pha cà phê cho quán nhạc Từ Dung ở đường Trần Quang Khải, Tân Định.

NĂM 1988: RA KHỎI TRẠI GIAM

Sau khi ra khỏi trại giam, tổng cộng là hơn 12 năm tù, cậu về ở nhà tôi, lúc ấy đã mất nhà, ở thuê trong một căn nhà bằng cây trên đường Bùi Hữu Nghĩa gần Cầu Sắt với cháu gái thứ hai của tôi tên Nguyễn Hải Âu. Cháu đầu lòng của tôi tên Ý Uyên đã cùng bố vượt biên sang định cư ở Oregon, Hoa Kỳ.

Hai cậu cháu và bé Hải Âu sống với sự thăm viếng thường xuyên của công an khu vực, công an phường của

Ngã Năm Bình Hòa, vì hộ khẩu của hai cậu cháu vẫn ở Ngã Năm Bình Hòa, dù căn nhà đã về tay người khác.

Anh chàng công an khu vực lúc đó gốc người Nghệ An, rất thích đến uống bia với ông Ba Tốc và thường ngồi lì đến tối, mặc dù cậu tôi không uống được hơn hai hớp bia. Cậu rất kỵ uống rượu, nhưng hy sinh cho tôi, cậu bảo tôi chạy sang nhà bạn tránh mặt, để mình cậu đối phó với anh ta.

Cậu cũng phải thường xuyên đến công an phường để làm tờ khai báo những hoạt động hàng ngày. Cũng may lúc đó có sự có mặt của anh họ bên ngoại tôi là anh Lê Văn Vị, trước kia làm công an Hà Nội, sau này về hưu dạy tại trường Đại Học Công An, và anh rất qúy mến cậu Tiến.

Mặc dù ý thức hệ khác biệt, anh Vị rất thương gia đình họ hàng. Anh mời cậu Tiến đến ở nhà anh tại đường Đinh Công Tráng để bảo lãnh cho cậu về mặt pháp lý. Con dâu anh, cô Loan cũng hết lòng phụng dưỡng cậu. Tôi cũng yên lòng vì ở đây, cậu Tiến được "dù" che chở, gọi là tạm yên ổn một thời gian. Ai học được chữ ngờ, chính tại đây, cậu lại bị bắt lần thứ hai!

Thời gian này, cháu Hải Âu hay đến ở với ông để ông Tiến babysit, cả cháu Thơ Thơ, cháu Khôi con của chị Minh Thu cũng năng lui tới. Ở cùng đường có cô chú Cả Trác và con trai là Hiếu cùng con dâu tên Oanh cũng hàng ngày sang thăm viếng cậu.

Từ Dung

TÔI LÊN ĐƯỜNG ĐI MỸ
- CẬU TIẾN BỊ BẮT LẦN THỨ HAI

Tháng Tư năm 1990 tôi lên đường đi Hoa Kỳ. Cậu Tiến, chị Minh Thu và anh chị Vị đưa tôi ra sân bay. Còn đồng bạc cuối cùng nào trong túi, cả tiền Mỹ lẫn tiền Việt, tôi nhét hết vào tay cậu, dặn dò gần như cầu khẩn: "Em lạy cậu, cậu ơi, cậu đừng vào tù nữa nhé"!

Cậu cả cười: "Em cứ yên chí mà đi đi, cậu không sao đâu!"

Một đêm tháng Chạp năm 1990, tôi đang say giấc tại Hawaii thì tiếng điện thoại khô khốc reo lên kéo tôi ra khỏi giấc ngủ. Có tiếng anh Lân ở đầu giây bên kia: "Em biết chưa? Cậu Tiến bị bắt rồi!" Mấy ngày sau đó, chúng tôi cố chạy vạy cho đủ $1000 gửi về cho cô Tố Vân, bạn thân tôi, cùng với em Trần Đình Hiếu, con cô Cả để đi thăm nuôi cậu ở Phan Đăng Lưu.

ĐỜI SỐNG Ở HOA KỲ CỦA CẬU NHƯ PHONG

Mơ ước của cậu khi sang tới bên Hoa Kỳ là trở lại quê hương để chiến đấu trong lòng quê hương, chiến đấu cho lý tưởng của ông là mang lại sự sống đầy đủ và ấm no cho dân chúng, dù ở thể chế nào. Nhưng cậu đã bị từ chối không được visa nhập cảnh, nên cậu nói: "Có lẽ cậu sẽ đi đường bộ về, lững thững rồi cũng tới." Tôi có nói lại với anh Vị về mơ ước của cậu, anh hứa sẽ kiếm cách giúp cậu toại nguyện, nhưng giấc mơ của cậu không thành vì thời gian không chiều người, tuổi tác cậu đã chất chồng với ngày tháng!

Tôi và bé Hải Âu, cả cháu gái lớn Ý Uyên lúc đó được hai mươi tuổi, sang Orange County thăm cậu ngay khi cậu đặt chân lên Hoa Kỳ. Có lúc cậu ở với cậu Ấn em cậu, rồi sang ở với anh Chiêu bạn cậu, sau cùng cậu ở một mình. Tôi đã nhiều lần cố thuyết phục cậu sang ở Hawaii để được phụng dưỡng cậu, nhưng cậu trả lời rằng ở Hawaii không có đủ đối tượng để cậu hoạt động nên chán lắm! Tôi buồn, nhưng thông cảm cậu. Ở tuổi 70 mà cậu còn hăng say làm việc như thế. Cậu đi diễn thuyết các nơi, cậu sang Anh, sang Pháp để sưu tầm tài liệu viết về lịch sử Việt Nam. Tuy nhiên, qua tập truyện "Như Gió Vào Tù" mà cậu đang viết dở dang, tôi nhận thấy cậu bắt đầu có dấu hiệu lẫn lộn các nhân vật, như cũng nhân vật đó mà đầu truyện tên khác, cuối tập lại tên khác. Có lẽ cậu đã bắt bộ não làm việc quá tải ở tuổi xế chiều nên không còn sáng suốt như xưa? Tôi cũng thường xuyên điện thoại cần nhằn cậu bớt hút thuốc đi vì cậu hút thuốc như đầu khói xe lửa! Thời gian sau đó cậu cho biết đã cai thuốc rồi.

Lúc bệnh cậu trở nặng, cậu vẫn cố tình dấu tôi, dặn các anh bạn đừng cho tôi hay, khi tôi biết được thì cậu đã yếu lắm. Tôi đã mua vé máy bay để sang Virginia nơi cậu cư ngụ lúc bấy giờ ngày 18 tháng Chạp, thì 19 cậu mất. Trong những ngày đó, tôi túc trực bên điện thoại và từng giờ từng phút, anh Chiêu và cậu Ấn em cậu cho tôi biết mọi diễn tiến về bệnh trạng của cậu. Anh Chiêu là người báo cho tôi biết lúc cậu từ trần.

Vào tháng 7 năm 1999, trước lúc cậu lìa đời, tôi và Hải Thụy (con ký giả Nguyễn Xuân Tòng) viết chung bản nhạc tên "Gió ngàn" để riêng tặng cậu Tiến. Tựa đề đó cũng là tên của ban nhạc Gió ngàn của chúng tôi ở Hawaii.

Qua điện thoại tôi đã hát tặng cậu bài đó để gửi gấm ý nghĩa của những lời tôi muốn nói với cậu:

   Từ Dung

"Gió đi về đâu, khi hồn cứ mãi lang thang trên xứ người."

Trong cuộc đời tôi, khi gặp những phút khó khăn nhất, chẳng hạn như một bài báo trên internet, rồi một lần phát ngôn bừa bãi bởi một ca sĩ hạng B tại miền Nam California, những lần đó tôi đã bị chúng bôi bác xuyên tạc bằng những lời lẽ hạ cấp vô căn cứ. Chắc chắn rằng có một bàn tay ném đá dấu tay vì thù hằn cá nhân hoặc ghen tị. Ở đời dù mình không làm gì hại ai vẫn có những lòng dạ ghen tị và thù oán thâm độc chuyên ngậm máu phun người. Những lúc như thế tôi vẫn thầm nhủ lời cậu khuyên bảo dặn dò: "Đường ta ta cứ đi, chó sủa mặc chó em ạ"!

Gió, cho dù mạnh mẽ như thế, nhưng gió đi về đâu, khi những dự tính cao quý chưa thành, khi những hoài bão không tìm được nơi để thực hiện? Gió, tuy ào ạt như thế, nhưng gió đi về đâu, khi một đời trôi nổi, chơi vơi trong niềm cô quạnh, trong số phận hẩm hiu lưu lạc gia đình.

Thực thế, mặc dù được sự ngưỡng mộ của người quen kẻ lạ, người trong và ngoài nước, cậu tôi vẫn một đời cô đơn, một đời đi tìm bến bờ không tưởng. Trên đây chỉ là những lời sơ lược về những quãng đường đời tôi được hân hạnh đi bên cậu Như Phong. Xin hẹn trong tương lai sẽ cung cấp quý độc giả nhiều tình tiết thú vị hơn nữa.

Từ Dung

Như Phong Lê Văn Tiến
(Hình được lấy từ trang mạng của Diễn Đàn Thế Kỷ)

Từ Dung

THIÊN ĐƯỜNG ĐÃ MẤT

Những ngày vàng đã qua rồi anh ạ
Giờ mình em ngồi đan ngón tay buồn
Trời bên kia tuyết phủ hay mù sương
Trời bên kia đã cuối thu, hay mùa đông vừa chớm?

Trời bên này vẫn mưa chiều, nắng sớm
Vẫn lang thang mây trắng đi tìm nhau
Trời bên này vẫn lướt thướt mưa ngâu
Cho em hát bài vào mưa anh ạ

Anh kiếp sống lẻ loi nơi xứ lạ
Như cánh chim vùng biển nhớ mênh mông
Kiếp lãng du theo gió cuốn phiêu bồng
Có còn nhớ đời du ca thuở trước?

Em ở đây, ngay giữa lòng đất nước
Nhưng lạc loài không tìm thấy mùa xuân
Thuyền lênh đênh tìm bến đã bao lần
Nhưng mặt nước lênh đênh, đâu bến đậu?

Thân mang kiếp dã tràng xây mộng ảo
Xây lâu đài bằng cát giữa biển Đông
Có xe hoài xe mãi chỉ nhọc công
Từng lớp sóng vùi chôn bao ảo ảnh

Từ Dung

Thôi cũng đành ôm tháng ngày giá lạnh
Mỗi que diêm chỉ thắp một lần thôi
Cuộc tình mình chót như ngọn buồn rơi
Em quay về xứ thâm trầm hồi tưởng

Vườn địa đàng xưa có hoa có bướm
Có lối mòn lá xào xạc gót chân
Có suối mơ róc rách chảy trắng ngần
Có cầu đỏ bắc ngang dòng nước bạc

Vườn địa đàng có ngôi nhà mộc mạc
Có con đường cỏ dại ngập lối đi
Khói lam chiều quấn quít đón ta về
Và âm nhạc với muôn màu muôn vẻ

Anh còn nhớ đàn guitare nhỏ bé
Đàn dương cầm em tìm tặng riêng anh
Anh còn nhớ cuộn băng nhạc xinh xinh
Và giai điệu Tchaikovski huyền ảo

Và sinh nhật ba mươi buồn ảo não
Nơi nhà ga heo hắt ngọn đèn vàng
Anh đón em bằng giọt lệ chứa chan
Bằng nét chữ mang mang niềm tâm sự

Thôi đã hết ngày mộng mơ tình tự
Tay trong tay dìu khắp lối thiên đàng
Đào nguyên xưa khi lạc bước trần gian
Quay trở lại lối rêu mòn khép kín

Em lang thang trên đường dài câm nín
Cửa thiên thai đã lấp lối quay về
Trong bơ vơ thuyền trôi lạc bến mê
Em quay cuồng giữa một giòng nước xoáy

Thôi cũng đành cho giòng đời xô đẩy
Mặc cuồng phong, bão tố cuốn đi mau
Trong chơi vơi cầu nguyện phép nhiệm màu
Đưa đẩy tới một bến bờ tươi sáng......

(1979)

Từ Dung

MỘT CHUYẾN XE

Đôi mắt người như vì sao soi lối
Trong đêm dài mù tối âm u
Anh thấy gì nơi trần gian cát bụi
Và cuộc đời này ngắn ngủi phù du

Anh thấy gì trên bàn tay định mệnh
Những con đường họa phúc chẳng giao thoa
Trên khuôn mặt hằn khổ đau bất hạnh
Tương lai hồng vẫn thấy mịt mù xa

Tôi muốn níu cho thời gian dừng lại
Cho bánh xe định mệnh ngừng quay
Dù tôi biết chẳng có gì tồn tại
Cát bụi hồng theo chiều gió cuốn bay...

Tuổi trẻ chúng ta đã mất rồi ngày tháng
Mất thiên đường, gãy cánh, lạc loài rơi
Sống lay lắt làm chứng nhân lịch sử
Hãy dùm tôi gom lượm chút tàn hơi

Thành phố bụi đường, đôi mắt anh hoe đỏ
Bánh xe nào nghiền nát tuổi đôi mươi
Anh khóc vì anh, hay anh khóc cho chúng tôi
Cho thế hệ tập cúi đầu, nhắm mắt!

Một chuyến xe, nào có gì vướng mắc
Sao thành phố chợt buồn khi vắng bóng anh
Tôi ra đi tìm kiếm bóng hình mình
Khi trở lại, bỗng nghe hồn rạn vỡ...

                                                    Từ Dung

VIẾT VỀ TỪ DUNG VÀ NHỮNG KỶ NIỆM...

Huyền Tâm

Lời Tác Giả: *Anh gửi bài đã viết lại để Từ Dung đọc, đây là "văn viết của kẻ ngoại đạo trong nghề." Từ Dung đọc kỹ xem còn gì cần điều chỉnh không...? Chúc Từ Dung vui! Thương Từ Dung!*

Tôi bắt đầu từ thời điểm sau biến cố 30-04-1975, khi có quán "Cà-phê Từ-Dung" tại cuối đường Trần Quang Khải - Tân-Định. Lần tới quán đầu tiên, với khung-cảnh của gian phòng không rộng lắm, tôi có ấn-tượng với cây đàn piano màu trắng sữa và chàng nhạc sĩ có chiều cao khiêm tốn - Phạm-ngọc-Cung, bạn tôi - tôi cố tình gây sự khó chịu cho khách với câu nói "người lùn thế mà đàn nghe cũng được đấy chứ!" Phản-ứng đầu tiên lại là người nhạc sĩ, quay ngoắt nhìn tôi vẻ bực bội - nếu không muốn nói là giận dữ; nhưng nhận ra nhau, Cung đổi sắc mặt, tôi cảm nhận được bạn tôi đang chửi thầm tôi chơi trò quái ác...

Đây cũng là lần đầu tiên tôi chuyện trò trực-tiếp với Từ Dung, người phụ-nữ trắng trẻo với y-phục và phong-cách Tây-phương, với màu son môi đỏ tươi, có giọng nói dịu êm và phong cách giao-tiếp thanh-lịch, trí-thức, với hai ngón tay kẹp điếu thuốc lá 555 một cách điệu nghệ...

Rồi nhiều lần nữa gặp lại Từ Dung, ở nơi này nơi khác, với cả Từ-công-Phụng, trong những buổi tiếp-xúc giao lưu cùng các nhạc-sĩ Lan-Đài, Trương-đình-Cử... lúc đó dự tính quy-tụ thành ban văn-nghệ... tôi chỉ với mục-đích thử xem khả-năng ca hát của mình được nhóm đánh giá như thế nào, chứ không có ý hợp-tác, thế rồi việc lập nhóm không thành.

Một người bạn đồng-nghiệp, giáo-sư vạn-vật Bùi-thế-San, có cô học-trò muốn mở quán cà-phê tại nhà, địa-điểm đối-diện với trường Nguyễn-gia-Thiều, Tân-Bình. Bùi-thế-San nói tôi cộng-tác và chỉ việc lúc ban đầu cho người học-trò đó. Tôi có chủ-trương vượt-biên, nên với dụng-ý càng vắng nhà nhiều càng tốt, cho an-ninh địa-phương quen với sinh-hoạt của mình, nên suốt ngày ở quán cà-phê, tối khuya mới về nhà. Trong thời gian này, Từ Dung thường đến quán tôi, uống cà-phê và chuyện-trò nhiều lĩnh-vực, tôi thắc-mắc về việc di-chuyển bằng xích-lô của Từ Dung, mới vỡ lẽ "Em chỉ biết lái xe hơi thôi!" Thế là tôi tự nguyện làm tài-xế chở Từ Dung lượt về nhà, với chiếc xe Honda PC của mình, sau khi đóng cửa quán. Có những buổi về quá khuya, trên đoạn đường băng qua khu nghĩa-địa [Nghĩa-Trang Mạc-Đỉnh-Chi], một sự yên tĩnh đến lạnh người...

Tôi tôn trọng Từ Dung bằng sự tương-kính chân-tình, nên chỉ những gì Từ Dung tâm sự thì tôi nghe, tôi biết; còn ngoài ra không tò mò, không thắc mắc... Sự việc khi TCP vượt biên (với người phụ-nữ bán thuốc Tây chợ trời?!) đem cô con gái đi theo... Từ Dung còn lại một mình, buồn, cộng thêm biến-cố người anh của Từ Dung "được đi học tập cải tạo," ở nhà Từ Dung đã bị bà chị dâu o ép... nên thường đến quán uống cà-phê là thế, tôi tâm-cảm với nỗi niềm đó...

Một bữa Từ Dung tới quán, mang theo cây đàn guitare Yamaha tặng tôi, nhìn hộp đựng đàn tôi biết giá-trị của nó và thật xúc-động với tâm-ý của Từ Dung; tôi đã nhận tấm chân-tình đó và gửi lại Từ Dung cây đàn, vì tôi đã có ý định vượt-biên - tôi nói với Từ Dung như vậy, và gợi ý nên bán nó đi để góp phần chi-dụng trong giai-đoạn khó khăn này.

Bẵng đi một thời-gian dài, vượt-biên không thành, tôi trở về mở quán cà-phê tại đường Cộng-Hòa bên hông phi-trường Tân-sơn-Nhất (khu đất mới cấp cho sĩ quan bộ đội) rất mừng gặp lại Từ Dung. Bây giờ Từ Dung có tài-xế là một cựu phi-công Mỹ - chồng của Từ Dung - chở Từ Dung tới quán tôi bằng xe Honda phân khối lớn, tạo sự chú-ý cho nhiều người ở những quán bên cạnh; cũng vẫn y-phục và phong-cách Tây-phương đó, với màu son môi đỏ tươi đó, ngồi gác tréo chân, tay kẹp điếu thuốc lá 555 hút một cách thư-thái bên tách cà-phê sữa, như chỉ có mình tôi với Từ Dung của ngày nào...Từ Dung gợi ý giúp tôi mở một trang trại nuôi cá sấu, mọi chi phí và kỹ-thuật, người chồng Từ Dung cung cấp hết. Với dự-án quá mới lạ ở thời-điểm đó, tôi cảm thấy không tự tin; và với ý-thức trách-nhiệm tôi không dám nhận, dù Từ Dung luôn khuyến-khích. Tôi lui tới thăm nơi Từ Dung ở: Trọn một biệt thự tại đường Công-lý, khiến tôi hơi ngỡ ngàng, thời-điểm này mà còn chơi sang như thế, nếu không nói là chơi ngông...

Quán "Cà-phê Hoàng-hôn" của tôi, sau một thời gian Từ Dung lui tới, người ta gọi "Từ Dung của quán lãng-tử," có lẽ còn có lý-do nữa: một người cũng thường đến quán, ăn mặc rất "mode" quần Tây áo "chemise" trắng, giầy trắng, rất lãng-tử, nói năng lịch-sự; đó là Phan-lạc-giang-Đông, đồng-môn, trên tôi một lớp tại trường Trần-Lục. Phan-lạc-giang-Đông mới học tập cải tạo về, đến chào hàng bỏ mối bia lên men Hiệp-lực của Trung-quốc, nhận ra nhau mừng quá, mở bia ra uống, khỏi đi bỏ mối buổi đó, rồi thành lệ gặp nhau hàng tuần...

Tôi mất liên-lạc với Từ Dung, sau ngày Từ Dung chia tay xuất ngoại, dù đã dò hỏi nhiều người quen biết còn ở lại; tìm trên mạng, chỉ thấy mấy tin tào lao vô căn cứ, dẫu vậy, mỗi khi nghe nói đến Từ Dung tôi vẫn một niềm cảm-hoài khôn nguôi...

Tình cờ đọc trang "Tammy 09 - 1. Nhà-văn, Ca-sĩ Từ Dung (Trần-năng-Phùng) 2... 3..." tôi có được địa chỉ email của Từ Dung. Mừng không tả hết. Nhờ đó tôi đã liên lạc lại được với Từ Dung sau bao năm tháng xa cách!

Huyền Tâm

CHUYÊN TÌNH FACEBOOK
(Từ Dung viết cho Nicolas)

PHẦN MỘT

Phi trường quốc tế Beirut- Rafic Hariri là một trong những phi trường đẹp nhất mà Uyên đã từng thấy. Tất cả các dấu hiệu được viết bằng tiếng Ả Rập ở trên và tiếng Anh bên dưới. Uyên ra chỗ lấy hành lý duy nhất của mình, sau đó đi vào phòng vệ sinh. Khi cô bước ra còn đương ngơ ngác, một bàn tay ở đâu bỗng chộp lấy túi xách của cô. Cô suýt nữa hét lên, những tưởng có một tên cướp định giật túi, nhưng không phải…

Đó là lần đầu tiên cô thấy anh, bằng xương bằng thịt. Khuôn mặt đó, cô đã từng thấy trong giấc mơ của cô hàng ngàn lần, một khuôn mặt dịu dàng và trân trọng, một nụ cười tươi tắn mang lại niềm vui cho người chung quanh.

Bạn độc giả ơi, ngay lần đầu tiên nhìn thấy bức ảnh Charles Wallace Minkler gửi cho cô qua Facebook vào ngày 15 tháng bảy năm ngoái, trái tim cô đã đập hụt một nhịp. Người đàn ông này đẹp trai thực, nhưng không đẹp trai một cách bình thường như kiểu tài tử Alain Delon, đó là một vẻ đẹp sâu thẳm như đôi mắt chàng, một nhân cách lạ lùng thu hút sự chú ý và thắc mắc muốn tìm hiểu về con người ấy.

Má chàng có hai lũm đồng tiền sâu thẳm ẩn mình dưới bộ râu quai nón cắt tỉa một cách rất phong trần, tạo thêm phần nam tính và gợi cảm cho toàn bộ hiệu ứng của khuôn mặt tươi cười đằm thắm. Đôi mắt khiêu khích của anh lấp lánh với sự quyến rũ dí dỏm làm tan chảy trái tim và linh hồn Uyên.

Cô đã yêu anh ngay lập tức, đó là một sự đầu hàng vô điều kiện. Charles là một trong những bạn trên Facebook của cô, vì bức hình mà hai người càng ngày càng gắn bó mật thiết và hứa hẹn đi tới hôn nhân.

Thật ra Uyên không phải tay mơ trong những mối quan hệ internet. Cô đã từng vạch mặt vài kẻ giả mạo chẳng hạn như anh chàng ăn cắp hình của Thiếu Tướng Lương Xuân Việt, vị tướng Việt Nam đầu tiên trong quân đội Mỹ, lại còn một số dốt nát và thiếu trình độ, không viết rành ngữ vựng, đánh vần và văn phạm Anh Văn.

Sau này khi Uyên tham gia nhóm Hỗ Trợ những người bị lừa gạt tình cảm, cô phát hiện ra phần lớn những tên lừa đảo này thuộc về một tổ chức lừa gạt ở Nigeria và những nơi khác trên Châu Phi. Vì cuộc sống quá khốn khó nên đây là nghề nghiệp mới của họ. Có những tấm ảnh cả một bọn da đen ngồi đếm tiền thu được từ những cuộc lừa đảo.

Đó là một nhóm thanh niên Châu Phi từ 20 đến 30 tuổi, đen thùi và gày gò, ở trần hoặc mặc áo thun, ngồi chen chúc trong một phòng lớn, mỗi người có một máy tính xách tay để vào các mạng kết bạn trong internet hòng dụ dỗ những phụ nữ cô đơn, phần lớn là những

                                    Từ Dung

bà da trắng chồng chết hoặc ly dị và có một khoản tiền tiết kiệm đáng kể. Chúng nhiên cứu kỹ về mục tiêu của chúng và ghi nhận những gì các bà tâm sự. Sau đó chúng nói với các bà các điều các bà muốn nghe, thú nhận tình yêu nóng hổi và hứa hẹn xây đắp tương lai, cung cấp những lời đường mật cho trái tim cô đơn của các bà lớn tuổi thèm khát ái tình... Rồi sau đó chúng bắt đầu đòi hỏi tiền bạc, thâm nhập vào thẻ tín dụng của các bà, hoặc yêu cầu các bà mua thẻ tặng quà như Itunes cards, Amazon, Apple store cards....Cả trăm ngàn người rơi vào mạng lưới đó, họ cứ tưởng là họ đang nói chuyện với một sĩ quan trong quân đội hoặc một kỹ sư hàng hải đang làm việc trên giàn khoan dầu, và mất tiền cho bọn chúng cả ngàn, cả chục ngàn, cả trăm ngàn dollars.

FBI đang làm việc ráo riết và đã bắt bỏ tù nhiều nhóm làm việc bất chính đó ở Châu Phi.

Nhưng lý do của Uyên là gì để có thể rơi vào một cái bẫy như thế?

Một phụ nữ con nhà gia thế, học thức cao và thông minh, một giáo chức với tiêu chuẩn đạo đức?

Charlie, là tên Uyên gọi anh ta, không phải là một trong số lừa gạt dốt nát đó, hoặc anh là xếp của chúng nó. Anh nói giọng Anh quốc, anh rất giàu kiến thức và cực kỳ thông minh, những lá thơ viết bằng tiếng Anh hoàn hảo và còn có mang màu triết học trong đó.

Chúng tôi nói chuyện qua điện thoại mỗi ngày. Anh còn tạo cơ hội cho Uyên nói chuyện với hai cô "con gái của anh, cả với "nhân viên y tế" đã lo sức khỏe cho anh trên "giàn khoan dầu," nơi anh thuê rất nhiều công nhân để hoàn thành hợp đồng lắp các "buoy" của giàn khoan ngoài đại dương của Nam Châu Phi.

Thế rồi, từng đêm thủ thỉ trong điện thoại, Uyên đã "rơi vào tình" với hình ảnh, dáng dấp anh chàng đẹp trai, duyên dáng thông minh lúc nào không biết. Cô sẵn sàng làm mọi chuyện cho anh bất chấp sự khuyên bảo của con cháu, dặn cô phải cẩn trọng trong việc gửi tiền bạc cho người đàn ông mà cô chưa từng gặp mặt ngoài đời.

Thật ra cô không có tiền để dành nên cũng chẳng giúp gì anh ấy cả, ngoài vài dịch vụ lặt vặt. Con gái Uyên, Hải u, nghi ngờ nên giám sát cô kỹ lưỡng lắm sợ cô "mê trai" nên bán nhà bán cửa...

Thế rồi, những biến cố liên tiếp xảy ra cho Charlie.... Đáng lẽ cô phải sáng suốt nhìn thấy những xoay chuyển của tình thế nằm trong sự tính toán của anh ta. Mới đầu, anh ta bị "heart attack" tại chỗ làm việc, rồi phải chuyển từ giàn khoan về bệnh viện trong bờ để mổ tim, rồi anh không có tiền trả tiền bệnh viện và công nhân vì chưa hoàn thành công việc nên bị giam ở nhà tù bên Nam Phi Châu...

Vì vậy, Charlie gọi Uyên tới tấp và khóc trong điện thoại mong cô giúp đỡ. Uyên nói cô không giúp gì được, anh phải tự bương chải lấy bằng cách nào đó.

Cùng lúc ấy, Uyên gia nhập hội Hỗ Trợ Người Bị Lừa Gạt Tình Cảm. Những người phụ nữ trong hội đến từ nhiều quốc gia, nhiều nhất từ u Châu. Họ góp tay giúp đỡ nhau lục soát trong mọi website để tìm ra chứng cớ những kẻ giả mạo, ăn cắp hình ảnh, ID.

Cũng có các ông bị các người đẹp giả mạo lừa gạt nên cũng gia nhập hội. Mỗi ngày mỗi thành viên bắt quả tang được vài tên, chặn chúng trong website, xoá bỏ và báo cáo chúng.

                                    Từ Dung

Tuy nhiên, không ai tìm được gì về hình ảnh mà Charlie cung cấp cho Uyên…

Một ngày kia, Uyên vào một website có image search. Có 3 tấm hình có tựa đề "coi chừng lừa gạt." Đó chính là hình của Charlie cùng khuôn mặt đó, nụ cười đó, tên là Eubanks Anthony Barrett...

Uyên lập tức hỏi vặn Charlie và anh ta nổi giận, nói rằng tấm hình là giả. Anh buộc tội cô muốn làm cho anh ta bị khủng hoảng trong khi anh ta ở trong tình trạng tù tội như vậy…

Uyên lại một mình ráo riết tìm kiếm các website...

Cuối cùng, sau đúng một năm "kỷ niệm" cuộc tình của Uyên và Charlie, cô vào được một website chưa bao giờ sử dụng...

Uyên bị shock nặng nề, không tin vào mắt mình, dù trong tim cô đã đoán trước được kết quả! Sự thực đã đến lúc được phơi bày...

Cô tìm thấy Nicolas El Osta, cả trăm, ngàn bức hình anh. Cùng khuôn mặt thân thương đó, đôi mắt gợi tình đó, nụ cười duyên dáng đó, lũm đồng tiền sâu thẳm đó...

Cũng chiếc áo thun sọc đỏ, sợi dây chuyền vàng hình trái tim... Chính là chàng kỹ sư hàng thủy đẹp trai của cô rồi...

Nhưng không phải chàng kỹ sư…

Mà là một chàng nhạc sĩ, ca sĩ, sáng tác gia nổi tiếng của Lebanon, xếp loại được hâm mộ hàng nhất quốc gia!

Lại ca sĩ, nhạc sĩ ư? Loại người mà cuộc đời Uyên đã cố gắng hủy bỏ không dính dấp tới nữa!

Uyên phải nằm xuống định thần để quay về thực tại!

Cô đã bị lừa rồi, đúng như người chung quanh bảo cô, nhưng cô vẫ cứ chối cãi...

Cô lại vặn hỏi Charlie ngay lập tức. Một lần nữa anh chối cãi phăng phăng, nói rằng tấm hình là chính anh, có ai chơi khăm anh một vố đó!

Cô cho anh hay Nicolas là nhân vật nổi tiếng của Lebanon, với trăm ngàn người hâm mộ trong và ngoài Facebook, không cách gì anh chối cãi được sự thật rành rành. Anh còn nói bướng là "double standards", người giống hệt anh ta...

Uyên cho rằng cô đồng ý người giống người, nhưng anh giải thích sao về chiếc áo thun sọc đỏ, về sợi dây chuyền hình trái tim? Về hình hai cô con gái của Nicolas giống hệt hai cô con gái của anh?

Anh bảo rằng muốn nói chuyện video với cô, khi anh ra khỏi tù, nhưng Uyên yêu cầu anh đừng khinh thị sự thông minh của cô, hãy quên cô đi, rồi "chặn" và báo cáo Charlie. Đó là lần chót họ nói chuyện!

Câu chuyện tình Facebook lẽ ra chấm dứt ở đây sau cuộc chia tay đau đớn bẽ bàng này, nhưng ĐỊNH MỆNH có lý lẽ riêng của nó...

PHẦN HAI

Uyên lập tức liên lạc với Nicolas, con người thật sau những bức hình của Charlie. Cô yêu cầu anh báo cáo với chính quyền về hình ảnh và ID bị ăn cắp của anh, nhưng rất khó liên lạc với anh qua Facebook, vì lẽ anh là một nhân vật qúa nổi tiếng phải trả lời cả ngàn người hâm

                                          Từ Dung

mộ mỗi ngày, hay thư ký trả lời cho anh không chừng! Cô đã sẵn sàng bỏ cuộc cho tới một ngày kia, cô nhận được lời chấp nhận kết bạn của anh trên Messenger của Facebook: "Hello, dear," trái tim Uyên lại một lần nữa đập thình thịch....

Rồi cô và anh liên lạc thường xuyên mỗi ngày, gửi nhau tin nhắn cả trên Messenger lẫn Whatsapp, "Hello, dear" trở thành "Hello, darling" lúc nào không biết! Họ trao đổi video, những bài hát mới nhất cho nhau. Uyên bắt đầu làm quen với giòng nhạc uốn éo của Lebanese và giọng ca đầy nam tính, trầm ấm, đượm buồn trong những bài tình ca, sôi nổi trong những bài hát khích động, và thành kính trong những bài hát đạo giáo về Đức Mẹ. Cô còn quen cả những bạn Nicolas trên Facebook để tìm hiểu về âm nhạc và phong tục Lebanese…

Từ giây phút đó, Uyên phó thác trái tim cô cho định mệnh, trong tay Chúa, không cần biết chuyện gì sẽ xảy ra…

Một hình ảnh, hai con người đàn ông khác hẳn nhau, cả hai đều thông minh và thông thái, nhưng hai cá tính mới khác biệt làm sao, một ác quỷ, một thiên thần… Cô lại "rơi vào tình" lần thứ hai với cùng tấm hình đó, nhưng một con người khác. Cô khám phá thấy con người này còn dễ thương hơn nhiều. Anh dành thì giờ hàn huyên với cô, một người hoàn toàn xa lạ, anh tâm sự cùng cô những khó khăn của riêng anh, an ủi cô nỗi buồn tủi mà Charlie đã gây ra. Anh cảm thấy anh có một phần trách nhiệm trong chuyện này và còn muốn giúp cô nếu có thể.

Anh còn để mặc Uyên gửi hình ảnh vào trang Facebook của anh và nhạc Vietnam mà không sợ các khán thính giả Trung Đông cuả anh phản đối. Ngược lại, các bạn bè của cô cũng phải tập nghe những cung điệu uốn éo của Lebanon! Anh cũng đạo Công giáo như cô chứ không phải đạo Hồi giáo...

Năm tháng trôi qua, Uyên thấy tim mình vẫn chỉ có một hình bóng của Nicolas-Charlie. Cô không còn thấy rung động với người nào khác nữa...

Thế rồi, một ngày kia, cô thấy mình đang đứng ngơ ngác ở phi trường Beirut...

Nicolas bỏ hành lý cô lên xe, sửa soạn đưa cô về khách sạn.

Điện thoại chợt rung lên ở đầu giây, giọng Matthew trầm trầm nhưng hoảng hốt:

"Em yêu của anh, sao em bỏ đi như thế? Em có biết em đang làm gì không?"

"Hãy quay về lập tức với anh, anh phải nói chuyện với em, hãy book chuyến bay sớm nhất em yêu, please.. please."

Uyên biết cô phải nói chuyện với Nicolas. Anh sẽ hiểu cô...

Định mệnh mang hai người đến với nhau bằng nốt nhạc, rồi cũng chính Định mệnh sẽ chia rẽ hai người yêu nhau bằng hai cung đàn lạc phím...

Từ Dung

                                      Từ Dung

FACEBOOK ROMANCE

Dedicated to NICOLAS JEAN EL OSTA
The events are based on a true story

PART 1

On the TV screen appeared a face so familiar to me... a face that I saw in my dreams a thousand times, a face blessed with consideration and gentleness, a face that brought happiness to people around its owner...

That, my readers, was the same face in the pictures Charles Wallace Minkler sent me through Facebook on July the 15th last year. As soon as I saw the photo, my heart skipped a beat. This man was certainly handsome, but not handsome in a regular way, like Alain Delon style, but there was a beauty deep inside, a charismatic charm that attracts people's attention and curiosity. There were deep dimples on both cheeks, graciously hiding beneath his roughly shaved beard. The dimples added more masculinity and sexiness to the whole effect of the smiling, kind gentle face. His long, provocative eyes sparkled with witty charm that instantly melted my heart and my soul. I fell in love with such a face immediately and surrendered to my feelings unconditionally.

Charles was one of my FB friends and correspondents, and we quickly formed a bond which grew stronger and stronger throughout the year. I was not a new learner in online relationship.

I've unmasked couples of fake guys, one who stole the pictures of General Luong Xuan Viet the first Vietnamese general in American army. The others were ignorant and bad in English grammar and spelling.

Later when I joined a Romance Scam Support group, I found out that the scammers belonged to an organization in Nigeria and other locations in Africa. They were a group of young Africans ranging from 20 to 30 years old, black and skinny with only a pair of shorts. They work in a large room, each had a laptop to work on with the efforts of luring the lonely women all over the dating sites of the internet like Facebook, Instagram, Plenty of Fish, Match etc. Their targets were mostly the older women, especially white because these ladies had huge savings bank accounts. They studied about their targets, mainly listening and copying what the ladies confided in them. After that, they fed the ladies what they wanted to hear, confessing their love and devotion and wedding promises, providing sweet words to the lonely hearts of these older women who probably never heard such things from their husbands…

Then they started to demand money in a clever way, having accidents or medical emergency, requested credit cards access, or gift cards like I-tunes cards, Amazon cards, Apples cards…They even recruited 'mules' to transfer laundering money for them. A lot of ladies fell hard for such scams, even lost hundreds of thousands of dollars…

                                                   Từ Dung

Right now, FBI was working aggressively, caught and arrested many groups working in Africa and other places around the world. But what was my excuses to fall for a trap like that? Charlie, that's what I called him, was not like those idiot scammers. He had a British accent, he was knowledgeable, he was smart and his English writing was perfect. He usually wrote me 2, 3 pages of beautiful and passionate letters. He seemed to be a philosopher as well…

Then unfortunate events happened to Charlie one after another.

I did help him in some services but I didn't have money to send to him. My daughter Au suspected me so she kept a close eye on me to prevent me to send money to him… At the same time, I joined the Romance Scams Support group. All the women all over the world joined hands to discover the fake guys.

Until then, nobody found out about the pictures from Charlie…

Again, I began to do a vigorous search.

Finally, exactly after one year of "anniversary" of the relationship with Charlie, I went into a new search…

Even I know the results from my heart, I was still so shocked and had to lie down. The truth had to be revealed.

I found Nicolas El Osta… Yes, he was there, thousands of pictures of him, same manly face, same sexy eyes, same charming smile, same cute dimples…

Same shirt, same gold necklace… He is my Charlie,

my handsome marine engineer. Only he was not an engineer…

He was a famous Lebanese musician, composer and singer. He was one of the top popular singers of all time in Lebanon. Only I don't ever want another singer or musician in my life!

After the shock, I came back to reality, yes, in spite of my denial, I was scammed…

I confronted Charlie immediately, but once more he denied it, saying the pictures were his, there must be something wrong. I told him Nicolas was a famous Lebanese singer with thousands of fans and followers in Facebook and outside. Charlie said it's "double standards" one person that looked exactly like him.

I pointed out the same shirt Nicolas wearing, with red stripes, the same gold necklace… And the pictures of the two girls, with the same faces.

He still said that I would see his face when he got out of jail and we would videophone each other, I told him not to insult my intelligence anymore and just forget me, then blocked and reported him.

PART 2

My Facebook romance should stop here after this painful ending, but destiny had its own path…

I contacted Nicolas, asking him to report to the authorities about his stolen ID and pictures, but I had a hard time contacting him, because he was a celebrity with thousands of fans to answer to everyday. I almost

 Từ Dung

let go of everything until one day I saw that he accepted my friend request on Facebook...

Then we regularly contacted each other on Messenger and other media, we exchanged new songs, new videos. I soon get acquainted with Lebanese music, Nicolas' voice, full of masculinity and sorrows in love songs, vivacious and full of life in rock and roll songs and I love especially religious songs about Our Holy Mother.

He was so nice to me, he comforted me like he was my sibling, he shared his joys as well as his burden with me. It's almost like he felt he's responsible for my episode with Charlie and my tremendous loss of faith and trust in men.

Actually, I was just a stranger to him, but he took me into his heart, let me post anything I wanted on his Facebook, my songs, my stories, my pictures. On my FB, my fans and friends had to get used to the melody of Lebanese music, but there were no complaints, as Nicolas was so talented and music was the international language.

And since that moment on, I completely left my life to fate, unaware of any precarious circumstances that might await me... One image, two different persons, two personalities, both were extremely intelligent and knowledgeable, but one was evil and one was an angel... I fell in love once more with the same image, different standards! I actually appreciated Charlie's introduction to Nicolas...

If Destiny brought us together in spirit, then it would mean something, because everything happens in our lives for a reason...

Tu Dung Creech

Đọc "Hồi Tưởng" của Từ Dung

Ngọc Cường

Hồi Tưởng là tác phẩm đầu tay của nhà văn Từ Dung được viết theo dạng hồi ký (hay truyện ký), nội dung về đời thật và người thật của tác giả và gia đình (ngoại trừ một truyện ngắn hư cấu *Những Ngày Tháng Hawai*). Đây là một tuyển tập gồm nhiều bài mới và cũ (đã được đăng trên các tạp chí văn chương ở hải ngoại). .

Là một cuốn tự truyện (autobiography), nhưng chú trọng nhiều về tình cảm, và tâm sự riêng tư của tác giả, hơn là nhằm truyển đạt một thông điệp về một chủ đề . Tác phẩm gồm những câu chuyện tình, đôi khi éo le, được lồng thêm vào chi tiết tinh tế của cảm xúc riêng tư, nhiều dữ kiện, biến cố trong cuộc đời trải dài trên 70 năm của tác giả.

Cầm bút sáng tác rất sớm (làm thơ từ thủa còn bé, lúc mới 6 tuổi), nhưng lại viết văn trễ, cho đến khi nghỉ hưu. Dù Hồi Tưởng là tác phẩm đầu tiên, nhưng nhà văn Từ Dung không xa lạ gì trong giới văn nghệ sĩ trước năm 1975: khi đó, tác giả được biết đến như một ca sĩ: *ca sĩ Từ Dung*; thường hát đôi với nhạc sĩ Từ Công Phụng và là người chồng đầu tiên của cô. Với giọng ngân nga, véo von, rất lả lướt (nhiều người cho là gần với của ca sĩ Châu Hà), tiếng hát Từ Dung thích hợp và lột trần được linh hồn của những bản nhạc trữ tình của nhạc sĩ Từ Công Phụng, ví dụ như bài Bây Giờ Tháng Mấy đã nổi danh một thời.

Nhà văn Từ Dung có lý do chính đáng để viết về cá nhân và người thân trong gia đình vì ngoài phần đi trình diễn trước công chúng, tác giả còn là hậu duệ một gia đình gồm có nhiều văn sĩ, các nhà hoạt động cách mạng, được ghi vào văn học sử . Vì lý do đó, viết về người thân này không phải là quá đáng hay có ý định khoe khoang (nhân vật thuộc vào lãnh vực của công chúng *celebrity*). Là một ca sĩ có tiếng một thời trong giới sinh viên Đại Học Sài Gòn, Từ Dung còn là con út của Hoàng Đạo (tên thật là Nguyễn Tường Long, một nhà văn sáng lập và chủ chốt của Tự Lực Văn Đoàn, đảng viên nồng cốt và lý thuyết gia của Việt-Nam Quốc Dân Đảng, là em của Nhất Linh và anh của Thạch Lam), về phía bên họ ngoại, tác giả là cháu của nhà văn, nhà báo Như Phong Lê Văn Tiến.

Trong "Mẹ Tôi" , viết về bà Hoàng Đạo Nguyễn Tường Long và "Cậu Tôi" , viết về Như Phong Lê Văn Tiến (con nuôi của bà ngoại tác giả, được coi như một người cậu, được đăng trên tạp chí *Diễn Đàn Thế Kỷ 21)* , tác giả đã cống hiến độc giả nhiều chi tiết quan trọng về hai nhân vật văn học sử và lịch sử này. Bài *Mẹ Tôi*, khi được phổ biến, đã có người cho rằng tác giả đã quá khen người mẹ của mình (Từ Dung coi bà như mẫu mực một người đàn bà vẹn toàn theo quan niệm Đông Phương về *công, dung, ngôn và hạnh* !), nhưng theo thiển ý, khen thân mẫu, nuôi nấng mình là bình thường, *chỉ nếu có chê mới là đáng bàn tán.*

Khi đọc "Mẹ Tôi", tôi không chú ý đến sự việc tác giả đã khen bà mẹ, nhưng thú vị được thưởng thức lời văn trong sáng, nhẹ nhàng mạch lạc nên lột được cá tính của bà Hoàng Đạo và cuộc sống của một thời trong cuộc đời tác giả Chê bai có khi dễ hơn là khen tặng, bởi vì khen cần có sự tế nhị và lòng thành thật, về hai điểm này, tác giả Từ Dung đã có được cả hai, Theo tôi, bài "Mẹ Tôi" là một tài liệu đáng quý , và một áng văn hay.

Nổi bật trong Hồi Tưởng là các câu truyện được kể theo lối tâm sự về những mối tình của tác giả. Tất nhiên , trong những cuộc tình đó, đều có vui buồn, đôi khi có cả đam mê và …rất nhiều thất vọng. Những mối tình tan vỡ thường đưa đến hận thù, nhưng ở đây, sau các lần chia tay, tác giả vẫn bao dung như tha thứ tất cả, cũng có thể vì Từ Dung đã yêu chính mình hơn tất cả mọi người ?

Với giọng văn đọc lên như lời thầm thì, than văn của một người kể chuyện, phải chăng, tác giả muốn trút bầu tâm sự và mong được chia sẻ với độc giả , hay vì đã bị ám ảnh và ray rứt về những mối tình không thành và mong có lối thoát ? Tôi có cảm tưởng nhà văn Từ Dung , trong suốt cuộc đời, đã cố đi tìm một người yêu lý tưởng, nhưng đã không kiếm ra, và rồi thất vọng như lời kêu cứu không được hồi âm, chỉ là tiếng vọng của chính mình, vang lên từ đáy vực ! Làm sao có thể tìm ra một người yêu sánh với người cha lý tưởng của chị (nhà văn Hoàng Đạo, một người tài hoa về văn chương và có lý tưởng, suốt đời tranh đấu và hy sinh cho Dân Tộc và Tổ Quốc). Cũng có thể Từ Dung đã say mê cái tình yêu mình tạo ra hơn là người yêu, bởi vậy, những người đàn ông tác giả tưởng rằng đã yêu, lại hóa ra họ là nạn nhân của chị ? Theo tôi, ranh giới giữa thật và ảo rất mơ hồ, như nhà văn Kafka, suốt đời vẫn thắc mắc với câu hỏi

:trên đời, cái gì là có thật !

Tuy thuộc về dạng hồi ký, nhưng nhờ có tâm hồn dễ xúc cảm và bén nhạy, và cách xử dụng ngôn từ chính xác, những câu chuyện riêng tư của tác giả viết lên vẫn hấp dẫn nhờ vào tài diên tả nhiều chi tiết tinh tế của tâm hồn (Tác giả có bằng cử nhân Văn Khoa Sài Gòn, 1969) . Ngoài ra, lôi cuốn người đọc là giọng văn trong sáng và thành thật, điều đó làm cho câu chuyện kể trở nên hiện thực, mường tượng như khung cảnh đang hiện ra trước mắt, khiến độc giả dễ rung động, cảm thông như hai âm thanh cộng hưởng vì có cùng tầng số !

Khi đọc xong Hồi Tưởng và đặt cuốn sách xuống… tôi bỗng ngẩn ngơ và bâng khuâng như đang đi lạc vào miền quá khứ xa vời …

Ngọc Cường
Ohio Mùa Hè 2021

        Từ Dung

Đọc "Hồi Tưởng" của Từ Dung

Nguyễn Văn Sâm

Tập văn Hồi Tưởng của Từ Dung là một tập văn lạ: Nửa là Hồi (ký) nửa là (suy) tưởng. Vì là hồi ký nên qua đó độc giả được biết nhiều điều về tác giả, những điều mà Từ Dung với ngòi bút chừng mực của mình muốn cho ta biết, kể cả những chi tiết bí ẩn nhất của đời mình. Vì là suy tưởng có tính cách tâm sự, nhận định triết lý sống về cuộc đời nên người đọc có thể thưởng thức như một tập truyện ngắn.

Hai thể loại nầy quyện bám lấy nhau tạo nên một văn phong đặc biệt của Hồi Tưởng, một Từ Dung văn chương nhưng tình thiệt không che đậy, không màu mè mà người đọc khó gặp ở những tác phẩm bình thường khác ở trên trường văn trận bút.

Ta biết được những cuộc tình, những trạng thái si mê của đời Từ Dung. Thích tình cảm yêu đương, ngay từ thời tiểu học đã biết làm thơ tình. Rồi lớn lên yêu anh con trai cùng xóm, anh học trò cùng lớp, người nhạc sĩ thời danh - sau nầy là người chồng một giai đoạn đời - người chồng Mỹ có công đưa Từ Dung rời khỏi Việt Nam, cô cũng có một người chồng khác tên Long yêu vợ tha thiết nhưng cả hai không hợp tánh tình, mặc dù anh sống rất ơn nghĩa với cô nhưng Từ Dung không thể dành trọn tình yêu con tim….

Cuộc tình sâu đậm trong đời mà tác giả muốn cho chúng ta biết là mối tình với Huyền Tâm. Hai người để ý nhau từ thời son trẻ nhưng không ai nói ra, cứ đối xử thiệt là trân trọng với nhau mặc dù Từ Dung mong chờ để đón nhận tình yêu say đắm nhất của trái tim mình trong suốt thời gian dài giao thiệp. Có thể Huyền Tâm là người sống lý trí nhiều hơn nên đã vuột mất nhiều cơ hội giữ lại con chim xanh xinh đẹp Từ Dung thời trai trẻ.

Giòng đời trôi chảy, nàng đi xa qua bên kia bờ đại dương. Bốn mươi năm sau gặp lại, cả hai đều tiếc là đã vụng về trong thái độ của mình ngày trước. Và đến lúc họ cần phải sống cho nhau ở tuổi bạc đầu, dầu là thời gian thiệt ngắn và có nhiều vướng víu từ hap phía do hoàn cảnh sống thực tế..

Đây là lúc ngòi bút của tác giả bước qua (suy) tưởng nghĩa là đương biến thành truyện, là tiểu thuyết là mơ hồ thực thực không không.

Tôi thích đoạn văn đó và tôi nghĩ người đọc cũng thích, nó thực tả và nó thành thật vô cùng, nhưng nó là đoạn tôi cho là (suy) tưởng như nói ở trên.

Sau nhiều trang nói về những cuộc tình mà người phụ nữ xinh đẹp tài hoa đã trải qua, hạnh phúc nào cũng có đắng cay nghiệt ngã nhiều hơn là mật ngọt lứa đôi. Từ Dung đã tả rất thật về cuộc đời mình, không che đậy, dấu diếm, những hời hợt nông nỗi, những sai lầm khờ dại trong từng mối quan hệ tình cảm với người này người khác, nhưng thật ra trong tận cùng trái tim đầy rung động

Từ Dung

của Từ Dung là mong muốn được yêu thương chân tình, được sống trọn vẹn trong cảm xúc khao khát của người phụ nữ biết mình có nhiều điều nổi trội.

Là người kẹt ở lại Việt Nam khá lâu, sống trong giai đoạn khó khăn gian khổ trăm bề, Từ Dung cũng có vài đoạn cho biết chánh kiến và tỏ vẻ phẫn uất cần thiết của người trẻ biết suy tư, biết bất mãn trước sự bất công hay kịch cỡm của chế độ đương thời. Đây là lúc ngòi bút Từ Dung thể hiện rõ nét nhất khi để mình qua một bên mà nói dùm cho cả dân chúng Miền Nam đang phải chịu đựng sự khắc nghiệt trong cuộc sống tù đày.

Tôi thích những đoạn trong cuốn sách của Từ Dung tả rất thiệt, rất chơn tình như quá đói quá nghèo bỗng hai vợ chồng được bạn mời ăn phở, Từ Dung viết: Chúng tôi chưa bao giờ được ăn tô phở ngon như thế. Đọc mà muốn khóc.

Rôi những chuyện mấy cô giáo dạy học ở Dĩ An, cực nhọc mỗi lần đi trễ phải chạy thiệt mau cho kịp xe lửa về Sàigòn, không kịp mua vé nên đã nhiếu lần bị phạt. Đi trên xe lửa lại còn bị giựt mất đồ. Đoạn tả hai xe lửa chạy trái chiếu kẻ xấu nhảy từ xe này sang xe kia cướp, rồi chạy ngược, nhảy về xe kia nếu không phải là người trong cuộc không thể nào tưởng tượng nổi cái thời nhiễu nhương đó.

Rồi nữa, cả đám thầy cô dạy ba tháng không thấy lương, bỗng nhiên được gọi lãnh lương để sáng hôm sau phải chịu cảnh đổi tiền, mỗi gia đình được đổi 200 đồng lúc đó, giá trị đồng tiền coi như mất trắng, không thể nói hết những đắng cay uất ức khi phải sống trong chế độ Cộng Sản.

Cuốn sách Hồi Tưởng của Từ Dung, một cây viết hậu duệ của nhóm Tự Lực Văn Đoàn đầy hào quang trong văn học Việt Nam ngày trước, tuy không nổi bật như bậc cha chú xưa nhưng Từ Dung đã cố gắng để thể hiện mình trong tác phẩm đầu tay rất chân thực này, chuyện kể nhiều tình tiết, nhiều biến động trong suốt đời thăng trầm của một người con gái đẹp, đa tài, có tiếng hát hay… Cuối cùng thì Từ Dung cũng tìm được một nửa trái tim yêu thương của mình, như sự kết thúc có hậu. Hạnh phúc thay cho người phụ nữ đa tình đã sống trong buổi giao thời nghiệt ngã nhưng sau cùng nhờ Trời cũng thoát ra được.

Buông cuốn sách xuống, tôi có thể nói với mình một điều: Đây là một tác giả dám kể hết những biến động tình cảm của đời mình, những lần đánh mất tình yêu và lại đi tìm, đi tìm mãi, cho bằng được mới nghe.

Đâu đây văng vẳng bên tai tôi câu hát não nùng, thấm thía: Đời một người con gái, một lần đánh mất tình yêu, đau không thiệt nhiều…

Đau khổ nhưng quyết tâm đứng dậy, đó là điều có lẽ Từ Dung muốn nói với người đọc.

Nguyễn Văn Sâm
California tháng 6/2021

Nhận định về "Hồi Tưởng" của tác giả Từ Dung

Mai Thanh Truyết

Trường Đại học Sư Phạm Saigon – Ban Văn chương

Nhận được "***Hồi Tưởng***" của tác giả Từ Dung vừa gửi, hình ảnh Sài Gòn đã hiện ra trong tâm khảm của tôi tức khắc vì dòng chữ từ trang đầu của tác giả: "*Tôi, chỉ còn trong ký ức những quán Bà Cả Đọi, Bánh Cuốn Tây Hồ, Chả Cá Lã Vọng...*

Tôi lang thang trên đường phố Sài Gòn, chiêm ngắm những con đường đã đổi tên. Có những tên mới lạ lẫm như "Ba Tháng Hai," "Cách Mạng Tháng Tám"...làm tôi khó liên hệ với những kỷ niệm xa xưa.

Những món ăn đặc biệt trong ký ức vẫn còn vương vất (vấn?) hương vị khó quên trong miệng, trên lưỡi, trên môi, giờ tôi muốn nếm lại vô cùng."

Quán Bà Cả Đọi hiện về với:" *Quán Bà Cả thuộc con hẻm 53 đường Nguyễn Huệ, không có biển hiệu. Khách bước lên cầu thang vào một căn phòng rộng chừng 50 - 60m2 ở đó có có bày biện vài bàn và một tấm phản rộng. Những nhóm đi đông thì leo lên phản. Các bàn thì chỉ dành cho nhóm ít người. Ở ngay chỗ bậc cấp dẫn lên có một bàn chỉ đủ cho một người ngồi ăn. Đây cũng là nơi cư ngụ của gia đình bà...."*

Ký ức hiện về…

Tác giả và người viết cùng có một điểm chung là ngày ngày cùng bước qua chiếc cổng đơn sơ ghi "Trường Đại học Sư Phạm Sài Gòn". Tôi rẽ vào dãy lầu Ban Khoa Học để làm việc, và tác giả, bước thêm nhiều bước nữa để dừng chân trong các lớp học của dãy lầu Ban Văn Chương. Như vậy cả hai không hề biết nhau. Tôi có nghe loáng thoáng qua câu chuyện kháo của các nghiệm chế viên trẻ là bên Ban Anh văn có một cô sinh viên ca sĩ hát rất hay lại có phát âm tiếng Anh rất đúng giọng! Đó là Từ Dung. Và tôi cũng đã nghe được tiếng hát của tác giả tại sân trường trong buổi Tất niên vào đầu tháng giêng 1974.

40 năm sau đó, tôi lại gặp tác giả qua "Hội ngộ 40 Năm Viễn Xứ cựu sinh viên Văn Khoa và Sư Phạm" năm 2015 tại Westminster, CA, US.

Thế mà tôi vẫn được tác giả gọi là…thầy, một tiếng 'thầy" tôi không dám nhận! Nhưng tôi rất hãnh diện về những người sinh viên của Đại học Sư Phạm, tinh thần tôn sự trọng đạo đã được các anh các chị gìn giữ một

                                                    Từ Dung

cách chân thành dù không có ghi trong văn bản của mục tiêu giáo dục là Dân tộc – Nhân bản – Khai phóng – Khoa học.

Có thể nói 80% sinh viên tốt nghiệp đều có văn bằng Cử nhân Giáo khoa bên Đại học Khoa học hay Văn khoa. Và khi ra ngoại quốc như Pháp hay Hoa Kỳ đều được xem tương đương. Chính các anh các chị Sư Phạm sau khi qua Mỹ, trong những năm đầu tiên sau 30/4/1974, đều có văn bằng tương đương, chỉ học thêm vài tín chỉ tổng quát về giáo dục ở Hoa Kỳ là trở thành giáo sư trung học đệ nhị cấp ở các trường công lập Mỹ ngay. Đó chính là một điểm son lớn của Việt Nam Cộng Hòa trong ngành giáo dục.

Trở về câu chuyện "Hồi Tưởng".

Đối với tác giả và tôi, hôm nay lại khác, khi đứng trước màn hình với bản thảo của HỒI TƯỞNG.

Cũng xin nói ngay là có nhiều nguồn dư luận cho rằng tên của tác giả, Từ Dung, chính lấy lấy họ Từ của nhạc sĩ Từ Công Phụng, người chồng cũ của Từ Dung. Nhưng sự thật không phải như thế. Xin hãy nghe lời bộc bạch rốt ráo của Từ Dung qua lời tiết lộ của tác giả trong bài viết nhan đề "Mẹ tôi" đăng trên Diễn đàn Thế kỷ, cô khẳng định:*"Ba tôi gởi thư về dặn mẹ nếu là con gái thì đặt tên Từ Dung, con trai thì Duy hoặc Giản. Như vậy Từ Dung là tên cúng cơm của tôi chứ không phải tên hát xướng đặt theo một nhân vật khác! Từ Dung có nghĩa là hình Dung giống mẹ, vì ba tôi lúc nào cũng tưởng nhớ mẹ tôi"*.

Trong suốt chiều dài của quyển sách, Từ Dung nói về cuộc đời của chính mình, từ những mối tình đầu đời của tuổi mới lớn như: *"Vì họ cũng không hề hé miệng - Tỏ cho nhau biết nỗi lòng mình"*. Để rồi:*""Nhưng cũng không ai biết mối tình - Lặng thầm giữa đôi lứa thư sinh - Vì họ cũng không hề hé miệng - **Tỏ cho nhau biết nỗi lòng mình***".

Tác giả đã từng bày tỏ:*"**Sau cơn đau khổ vì mối tình đầu với Vũ Nam Tấn là bạn học cùng lớp tại Nguyễn Bá Tòng, cái nhìn của Dung về tình yêu cũng bắt đầu thay đổi, không còn lãng mạn hóa như thuở ban đầu nữa***".

Sau đó:*"Chỉ nội trong ba tháng, Dung mất đi 20 ký và trở thành thon thả như Audrey Hepburn và tâm hồn lại bắt đầu rung động. Có một anh chàng thường được bác Cử gửi đến nhà nhận chỉ thị của cậu Tiến, tên anh ta là Sơn. Lúc đó đang dấy lên phong trào hoạt động chống ông Diệm trong giới sinh viên học sinh và Dung cũng không nằm trong ngoại lệ. Dung nhờ Sơn giúp ý kiến trong những sinh hoạt được "hội" giao phó, dĩ nhiên là giấu cậu Tiến nếu không muốn ăn đòn quắn đít. Liên lạc một thời gian thì Dung nhận thấy Sơn chỉ là một tay sai tầm thường nên nói với mẹ là đừng có lo, con không thích hắn đâu!"*

Bản chất lãng mạn của Từ Dung là vậy đó, tình yêu bồng bột không cần cân đo đong đếm, nhưng cũng không quên dòng máu cách mạng của một đại gia đình cách mạng, dòng máu của đứa con gái út của nhà văn Nguyễn Tường Long - Hoàng Đạo.

Nhưng nói thì nói vậy, chứ đối với tác giả, bàng bạc trong suốt quyển sách, những câu chuyện tình của Từ Dung được lần lượt "trình làng" một cách thẳng "bon ruột ngựa", không che đậy, hư cấu cho đậm đà hay thêm

                                        Từ Dung

thắt những tiết tấu cho lâm ly, mà Từ Dung "thật thà khai báo": "*Trong một dịp tình cờ, Dung quen với mấy anh bên Dược Khoa qua chơi, trong đó có anh Phúc, Tuấn, Khoa, Hạnh... Mối tình thầm kín nảy nở giữa Dung và Phúc. Trong một đêm qua phà trên sông Sài Gòn, Phúc trao cho Dung hai đóa cúc vàng nở e ấp tượng trưng cho mối tình lặng lẽ của hai đứa và hỏi Dung có chờ đợi được Phúc học thành tài rồi tính chuyện hôn nhân không... Tới nay Dung không nhớ là đã trả lời ra sao với Phúc!*"

Rồi cuộc đời của tác giả cũng phải đong đưa theo vận nước, bồng bềnh nổi trôi theo cơn sóng dữ của chế độ. Và Từ Dung, giống như hàng 20 triệu bà con miền Nam sau 1975 cũng phải biết làm những việc mà chính mình chưa bao giờ là nhằm để …sinh tồn.

Chúng ta hãy nghe tác giả tâm sự:"*Sau đó, Dung, Phong và cháu Tú Uyên bắt đầu một cuộc sống cơ cực, xếp hàng cả ngày để chờ mua một ít bo bo, thứ dành cho ngựa ăn, hoặc chút bột nướng bánh mì, làm bánh canh, còn gạo thì phải mua giá chợ đen, có được ít gạo thì nhường cho con bé ăn, hai vợ chồng ăn bo bo ngâm cả ngày trời mà vẫn còn cứng ngắc, ăn không đau bao tử mới là lạ! **Một hôm Phong đang hăng hái ném bột vào tường để làm bánh mì trông rất nghề và Dung đang vò bột để làm bánh canh thì có một ông bạn cũng đến thấy cặp vợ chồng có tiếng này sống khổ cực quá mới cho đi ăn tô phở. Phong cũng như Dung chưa bao giờ được ăn tô phở ngon lành và đầy tình người như thế!***"

Và Phong cũng chính là một người tình không chân dung từ ban đầu của tác giả, mà cũng là người cùng chung chăn gối với Từ Dung nhiều năm.

Nói ra không hết!

Nói ra không phải để khen chê hay phê phán.

Mà nói ra để thấy tâm trạng của một người nữ, có trình độ, có suy nghĩ, có lý trí, có óc nghệ sĩ mà phải dấn thân vào một hoàn cảnh nghiệt ngã đầy giao động trong thời buổi loạn ly!

Tôi quý cái chân phương của Từ Dung là ở chỗ đó!

Để rồi, khi bình minh, khi đến bến bờ tự do, tác giả thấy lại *"HAWAII - MÙA XUÂN TRÊN ĐỈNH BÌNH YÊN"* thấy lại: *"Hawaii, thiên đàng hạ giới. Hawaii lộng lẫy với đồi núi chập chùng một bên, biển mênh mang xanh ngát một bên, với muôn ngàn loài hoa khoe sắc quanh năm. Từ trên đỉnh Tantalus nhìn xuống Honolulu ban đêm, đèn đủ màu lấp lánh như những viên ngọc quý, trải dài và rộng dưới chân đồi. Khí trời lành lạnh mơn man da thịt làm tôi cảm thấy như trẻ lại. Niềm ham vui, ham sống trỗi dậy mạnh mẽ trong tâm hồn người đàn bà ngoài bốn mươi."* Và Từ Dung kết luận một cách rốt ráo và dứt khoát: *"Tôi vẫn là tôi của ngày nào"*.

Tôi ngưỡng mộ cái "personnalité" của tác giả là ở chỗ đó!

Nhưng dù lãng mạn đến đâu trong tình trường, dù cứng rắn đến đâu trong những tình huống nghiệt ngã, tác giả vẫn một lòng với cha, với mẹ, với người cậu kính yêu, ông Lê Văn Tiến mà tôi có dịp "gặp gỡ" trong một nhà tù nhỏ ở T20 – Phan Đăng Lưu.

Viết về Mẹ, Từ Dung tự hỏi:*"Tại sao một phụ nữ hiền hậu như mẹ tôi và có lòng thương người lại phải chịu một số phận đớn đau như vậy? Khi mẹ tôi chết đi,*

                                                          Từ Dung

bà không bám víu vào một niềm tin tôn giáo nào cả vì bà không tìm thấy đức tin nơi cuối đời. Lúc gần chết, bà cảm thấy hoang mang...

Khi nhìn ngắm xác mẹ trong chiếc áo trắng tôi mặc cho bà và cành hoa lan trắng trước ngực bà, tôi mới ý thức được nỗi mất mát lớn lao đến thế nào. Đã quá muộn để chiều chuộng mẹ, để nói rằng mẹ ơi con yêu mẹ, để cám ơn bà cho tôi đời sống hôm nay và niềm tin ngày mai."

Nói về người Cậu, Như Phong Lê Văn Tiến, bị CSBV bắt tháng 4/1976, và tôi 2/1977 tại Phan Đăng Lưu. Có thể nói, LVT là tự điển sống về nhân sự có tai mắt ở Việt Nam, biết rất nhiều ký giả và những nhân vật đảng phái có thái độ xanh vỏ đỏ lòng. Ông nhớ rất nhiều và có tinh thần bất khuất trước VC. Có lần cùng ở chung một phòng giam khu C, nghe ông kể về …con đường cách mạng của gia đình Nguyễn Tường mà quên ngủ. Xin có vài chia xẻ về người Cậu của Từ Dung.

Và dù gì đi nữa, Từ Dung vẫn luôn khắng khít với đại gia đình Nguyễn Tường…

Lá rụng về cội.

Happy ending là ở chỗ nầy.

Tóm lại, Hồi Tưởng chỉ ghi lại những câu chuyện tình của tác giả trong nhiều thời điểm và hoàn cảnh khác nhau. Tác giả kể lại không cần che đậy cũng không cần hư cấu hoặc bào chữa những gì mà tác giả cảm thấy "bất toàn? Tác giả đã thành thật với chính mình, đó là một đức tính hiếm thấy của một người phụ nữ, can đảm nói lên ngay cả những khuất tất của chính mình trong cuộc đời.

Nhưng trọng tận cùng đáy lòng, đôi khi tác giả không dấu được tính chân phương của chính mình, một đức tính tiềm ẩn được bộc lộ qua những tình cảm gia đình và bạn bè. *Có thể nói hình ảnh người mẹ và người cậu chính là …"mũi tên định hướng" để tác giả… quay trở về sau những lần "phiêu lưu" do con tim có những lý lẽ của nó!* Và cũng chính vì lý do trên mà cuộc đời hồng nhan cùng tài sắc vẹn toàn đã kéo tác giả vào những cơn lốc của đời hết sức truân chuyên.

Có lẽ cũng chính nhờ vậy mà tác giả mới cho ra đời tác phẩm "Hồi Tưởng", một độc thoại từ buổi đầu đời cho tới tuổi xế chiều, trong sự tĩnh lặng của buổi hoàng hôn đời…nhằm tâm sự cùng người thưởng ngoạn.

Một cuốn sách đáng đọc để các cô các bà tìm được vài nét của chính mình trong đó mà không dám nói ra. Riêng về các cậu, các ông, xin cũng đừng quá chủ quan để xét bên ngoài nhưng không thấy được nét "thạch trung ẩn ngọc" trong tận cùng tâm tư của người đã từng …vai kề vai.

Xin giới thiệu cùng độc giả.

Mai Thanh Truyết
Giảng sư – Trưởng ban Hóa học
Đại học Sư Phạm Sài Gòn (trước 30/4/1975)

Tiểu Sử
TỪ DUNG

Từ Dung, tên họ là Nguyễn Từ Dung, sinh quán tại Hà Nội, là con gái út của nhà văn Hoàng Đạo Nguyễn Tường Long trong nhóm Tự Lực Văn Đoàn.

Từ Dung tốt nghiệp bằng Cử Nhân Giáo Khoa Anh Văn tại Đại học Văn khoa Sài Gòn năm 1970. Sau đó cô cũng tốt nghiệp khóa Sư phạm Cấp tốc, Đại học Sư Phạm Sài Gòn, năm 1974.

Trong những năm 1970-1980, Từ Dung còn là ca sĩ nổi tiếng trong các phong trà, các đài truyền hình và ở các khuôn viên đại học ở Sài Gòn.

Khi tốt nghiệp ra trường, Từ Dung được bổ làm Giáo sư Trung học, trường Trung Học Phổ thông Cấp 3 Dĩ An từ năm 1975 đến năm 1980. Cô cũng giảng dạy ở các lớp Anh văn dành cho người lớn ở hội Trí thức Yêu nước và Trung tâm Dịch thuật Sài Gòn từ năm 1980 đến năm 1985.

Sau khi định cư tại Hoa Kỳ năm 1990, Từ Dung theo học ngành dạy học Anh ngữ ESL ở University of Hawaii at Manoa và tốt nghiệp năm 1992. Sau đó, cô tiếp tục dạy học ở trường Trung học Aliamanu và trường Tiểu học Aliiolani ở Honolulu, Hawaii.

Từ Dung viết nhiều truyện ngắn đăng trên các tạp chí hải ngoại như Người Việt và các tạp chí khác.

Truyện ngắn của cô được in trong tập sách "Tự lực Văn đoàn và các cây bút hậu duệ" xuất bản năm 2019. Truyện ngắn trong cuốn "Tưởng niệm nhà báo Như Phong Lê Văn Tiến" năm 2016 và truyện ngắn trong tạp chí "Triển lãm và Hội thảo về báo Phong Hóa Ngày Nay (PHNN) và Tự lực Văn đoàn (TLVĐ)" năm 2013.

"Hồi Tưởng" là tiểu thuyết đầu tay của Từ Dung.

                                        Từ Dung

Mục lục

Liên lạc Tác giả
Từ Dung
tudungcreech@gmail.com

Liên lạc Nhà xuất bản
Nhân Ảnh
han.le3359@gmail.com
(408) 722-5626